ഓഷോ ധ്യാനോത്സവം

INSIGHT PUBLICA®

Nadakkavu, Kozhikode, Kerala
Tel:0495–4020666
www. insightpublica. com
e-mail: insightpublica@gmail. com
Title: **Jeevitham Oru Varadhaanamaakunnu**
(Malayalam)
Author: **Osho**
First Insight Edition: September2023

ISBN 978-93-5517-437-6
Printed and Published by
Insightinpublica Printers & Publishers Ltd.

ഓഷോ

ജീവിതം ഒരു വരദാനമാകുന്നു

INSIGHT PUBLICA®

ഓഷോ ധ്യാനോത്സവം
പരമ്പരയിലെ പന്ത്രണ്ട് പുസ്തകങ്ങൾ

1. **അസ്തിത്വത്തിന് സമർപ്പണം ചെയ്യുക**
   Surrender to Existence
2. **അതെ പറയുക!**
   Say Yes!
3. **പ്രേമം ഒരു സ്വതന്ത്ര പക്ഷിയാകുന്നു**
   Love is a Free Brid
4. **ജീവിതം ഒരു വരദാനമാകുന്നു**
   Life is a Gift
5. **ഭൂമിയിൽ അപരിചിതൻ**
   Stranger to the Earth
6. **സ്വയം ഒരു ദീപമായിത്തീരുക**
   Be a lamp unto yourself
7. **നാം സ്വയം പറക്കുന്നു**
   Alone we Fly
8. **ആപത്കരമായി ജീവിക്കുക**
   Live Dangerously
9. **ഭയമില്ലായ്മ ഞാൻ പഠിപ്പിക്കുന്നു**
   I teach Fearlessness
10. **നിങ്ങളുമായി ഒന്നായിത്തീരുക**
    Become one with yourself
11. **സമുദ്രത്തിൽ ഒരു മഞ്ഞുതുള്ളി**
    A Dewdrop in the Ocean
12. **ധ്യാനം: ഒരു ആനന്ദഹർഷം**
    Meditation: An Ecstasy

ജീവിതം പൂർത്തിയായ, പ്രതിഷ്ഠിതമായ, ഒന്നല്ല.
ഉള്ളതെന്താണോ അതിനെ ജീവിക്കലാണത്
കേവലം പുഴപോലുള്ളൊരു പ്രക്രിയ,
എപ്പോഴും അജ്ഞാതത്തിലേക്ക്
ഒഴുകിക്കൊണ്ടിരിക്കുന്നത്,
അറിയപ്പെട്ട തീരത്തു നിന്ന്,
അറിയപ്പെടാത്ത തീരത്തിലേക്ക്
പ്രവഹിച്ചുകൊണ്ടിരിക്കുന്നത്.

മുഖവുര

വരും താളുകളിൽ കാണുന്ന വാക്കുകൾ ബോധ പ്രാപ്തനായ മഹാഗുരു ഓഷോ തന്റെ ശിഷ്യന്മാരോടും ഇന്ത്യയിലെ അദ്ദേഹത്തിന്റെ പൂന ആശ്രമം സന്ദർശിച്ച മറ്റു സാധകരോടുമായി ചെയ്ത പ്രഭാഷണങ്ങളിൽ നിന്നും എടുത്തിട്ടുള്ളതാണ്. ഫോട്ടോകളിൽ അധികവും ആശ്രമത്തിനകത്തുനിന്ന് എടുത്തിട്ടുള്ളവയാണ്: ഓഷോ തന്റെ ശിഷ്യരോടും അതിഥികളോടുമൊപ്പമുള്ളവ, സാധകർ ധ്യാനം ചെയ്യുകയോ മറ്റു പ്രവർത്തനങ്ങളിലേർപ്പെടുകയോ അല്ലെങ്കിൽ വെറുതെ വർത്തിക്കുകയോ ചെയ്യുന്നവ. (പൂന ഓഷോ മെഡിറ്റേഷൻ റിസോർട്ടിൽ നിന്നുള്ള ഫോട്ടോകൾ കൂടാതെ ഓഷോ ദം (ഡൽഹി), ഓഷോ നിസർഗ, (ഹിമാചൽപ്രദേശ്), ഓഷോ തവോവൻ (നേപ്പാൾ), രജനീഷ്പുരം (അമേരിക്ക), മേസ്കോ ഉൾപ്പെടെയുള്ള ചില വിദേശനഗരങ്ങളിൽ നടന്ന മെഡിറ്റേഷൻ ക്യാമ്പുകൾ, കേരളത്തിൽ നടന്ന ചില ഓഷോ ഇവന്റുകളുടെയും ക്യാമ്പുകളുടെയും ഫോട്ടോകൾ ഈ മലയാളം പതിപ്പിൽ ഉൾപ്പെടുത്തിയിട്ടുണ്ട്.)

ഓഷോ നിർദ്ദേശിച്ചിട്ടുള്ളത് ഈ പുസ്തകം താഴെ പറയുന്ന രീതിയിൽ ഉപയോഗിക്കുകയാണെങ്കിൽ വായനക്കാർക്കത് ഏറ്റവും കൂടുതൽ പ്രയോജനകരമായിരിക്കും എന്നാണ്- അതായത് ഓരോ പ്രഭാതത്തിലേക്കും ക്രമപ്പെടുത്തിയിട്ടുള്ള ഭാഗങ്ങൾ രാവിലെ ഉണർന്നെഴുന്നേൽക്കുമ്പോൾ തന്നെ-മനസ്സ് ദിവസേനെയുള്ള മറ്റു പ്രവൃത്തികളിൽ വ്യാപൃതമാകുന്നതിന് മുൻപ് വായിക്കുക.

ഒരാൾ ഉറങ്ങുന്നതിന് മുൻപ് അയാളുടെ മനസ്സിലുള്ള അവസാനത്തെ ചിന്ത തന്നെയായിരിക്കും ഉണർന്നെഴുന്നേൽക്കുമ്പോഴും അയാളുടെ ആദ്യത്തെ ചിന്ത എന്ന് പറയപ്പെടുന്നു. ഒരുപക്ഷെ നമ്മളിൽ ഭൂരിപക്ഷവും ഉറക്കത്തിലേക്ക് പതിക്കുന്നത്, ഒരു ടെലിവിഷൻ സീരിയലിലെ പ്രതിബിംബങ്ങളും കഴിഞ്ഞുപോയ ദിവസത്തെക്കുറിച്ചുള്ള വേവലാതികളും അടുത്ത് വരാനിരിക്കുന്ന ദിവസത്തെക്കുറിച്ചുള്ള ആകാംക്ഷകളും എല്ലാംകൂടി കുഴഞ്ഞുമറിഞ്ഞ മനസ്സുകളുമായിട്ടായിരിക്കും. നമ്മളിൽ പലർക്കും ഉറക്കത്തിലേക്ക് കടക്കുവാൻ തന്നെ കഴിയാത്ത അത്രയും വിഷമങ്ങളുണ്ട്. പ്രദോഷത്തിലേക്ക് വേണ്ടി തെരഞ്ഞെടുത്തിട്ടുള്ള ഭാഗങ്ങൾ രാത്രി ഉറങ്ങുന്നതിനു മുമ്പായി വായിക്കുക.

പന്ത്രണ്ട് പുസ്തകങ്ങളുടെ ഈ പരമ്പര മുപ്പത്തിയൊന്ന് ദിവസങ്ങളുള്ള പന്ത്രണ്ട് മാസങ്ങളായി വിഭജിച്ചിരിക്കുന്നു. 'മാസം ഒന്ന്', കലണ്ടർ വർഷം തുടങ്ങുന്ന മാസം തന്നെ ആയിരിക്കണമെന്നില്ല; അത് നിങ്ങൾ വായിക്കാൻ തുടങ്ങുന്ന ആദ്യത്തെ മാസമാണ്. ഉദ്ധരണികൾ ക്രമത്തിൽ തന്നെയാണ് വായിക്കേണ്ടത്, ഏതെങ്കിലും ഒന്ന് തെരഞ്ഞെടുത്താൽ പോരാ. കാരണം ജിവിതത്തെക്കുറിച്ചുള്ള ധാരണ മാസംതോറുമാണ് ഓഷോ വികസിപ്പിച്ചു കൊണ്ടുവരുന്നത്.

ഓരോ ദിവസത്തിനും ഒരു പ്രത്യേക വിഷയതന്തു ഉണ്ടായിരിക്കുകയും പ്രഭാതത്തിലെയും പ്രദോഷത്തിലെയും മനനവിഷയങ്ങൾ പരസ്പരം പൂരകമാ

യിരിക്കുകയും ചെയ്യുന്ന വിധത്തിലാണ് പുസ്തകം രൂപകല്പന ചെയ്തിട്ടുള്ളത്.

പ്രഭാതമനനങ്ങൾക്ക് വേണ്ടി തെരഞ്ഞെടുക്കപ്പെട്ട ഉദ്ധരണികൾ ഉന്മേഷദായകവും ചിന്തോദ്ദീപകവുമാണ്– എല്ലായ്പ്പോഴും, വരാനിരിക്കുന്ന ദിവസത്തിലേക്കുള്ള ഒരു സമ്പൂർണവും സജീവവുമായ പങ്കാളിത്തം സാധ്യമാക്കുന്നത്. താരതമ്യേന നോക്കിയാൽ പ്രദോഷത്തിലേക്കായുള്ള ഓഷോയുടെ വാക്കുകൾ വായനക്കാരെ വിശ്രാന്തിയുടെ, വികസനത്തിന്റെ, വിലയനത്തിന്റെ, അസ്തിത്വത്തോട് പൊരുത്തപ്പെടുന്നതിന്റെ സാംഗത്യത്തെ ഓർമ്മപ്പെടുത്തുന്നു.

ഈ ഉദ്ധരണികൾ വായിക്കുന്നതു തന്നെ സ്വയമേവ ഒരു മനനരൂപമാണ്. ഓഷോ പറഞ്ഞിട്ടുള്ളതുപോലെ, ഒരു ഋഷിവചനം അംഗീകരിക്കപ്പെടുകയോ നിരാകരിക്കപ്പെടുകയോ ചെയ്യുമ്പോഴും, ഒരുതരത്തിലുമുള്ള സിദ്ധാന്തത്തിന്റെയും ഭാഗമല്ല അത്.വായനക്കാരോട് ഒരു അനുയായിയോ വിശ്വാസിയോ ആകുവാൻ അതാവശ്യപ്പെടുന്നില്ല. വാസ്തവത്തിൽ പ്രസക്തമായിട്ടുള്ളത് ആ വാക്കുകൾ പോലുമല്ല, മറിച്ച് ആ വാക്കുകൾ എന്തിനെയാണോ സംവഹിക്കുന്നത് അതാണ് പ്രസക്തമായിട്ടുള്ളത്.

അദ്ദേഹം വിശദീകരിക്കുന്നു: ''വാക്കുകൾ (ഋഷിവര്യന്റെ വാക്കുകൾ) അവയ്ക്കു ചുറ്റും ഒരു നിശ്ശബ്ദതയെ സംവഹിക്കുന്നു. അദ്ദേഹത്തിന്റെ വാക്കുകൾ ശബ്ദായമാനമല്ല. അദ്ദേഹത്തിന്റെ വാക്കുകൾക്ക് ഒരു സ്വരമാധുര്യമുണ്ട്, ഒരു താളം, ഒരു സംഗീതം; അദ്ദേഹത്തിന്റെ വാക്കുകളുടെ അകക്കാമ്പിൽ തികഞ്ഞ നിശ്ശബ്ദതയാണുള്ളത്. നിങ്ങൾക്ക് ആ വാക്കുകളിലേക്ക് കടന്നുകയറി ചെല്ലാനാകുമെങ്കിൽ അനന്തമായ നിശ്ശബ്ദതയെ നിങ്ങൾ അഭിമുഖീകരിക്കാനിടവരും.''

''എന്നാൽ ഒരു ബുദ്ധന്റെ വാക്കുകളിലേക്ക് കടന്നു കയറി ചെല്ലുവാനുള്ള മാർഗ്ഗം അപഗ്രഥനമല്ല, വാദപ്രതിവാദവുമല്ല, ചർച്ചചെയ്യലുമല്ല. അതിനുള്ള

മാർഗ്ഗം അദ്ദേഹവുമായി ഒരു ഭാവലയത്തിൽ വീഴ ലാണ്, അദ്ദേഹവുമായുള്ള ഒരു സ്വരച്ചേർച്ചയിൽ, ഒരു ഭാവൈക്യത്തിൽ എത്തിച്ചേരലാണ്. ആ സ്വരച്ചേ ർച്ചയിൽ, ആ ഒന്നായിത്തീരലിൽ, ഒരുവൻ ഗുരുവ ചനങ്ങളുടെ ഉള്ളറയിലേക്ക് പ്രവേശിക്കുന്നു. അവിടെ നിങ്ങൾ ഒരു ശബ്ദവും, ഒരു സ്വരവും കേൾക്കുക യില്ല; അവിടെ നിങ്ങൾ കണ്ടെത്തുക തികഞ്ഞ നിശ്ശബ്ദതയായിരിക്കും. അത് തിരിച്ചറിയുക എന്ന താണ് ഗുരുവിനെ ഗ്രഹിക്കൽ.''

വാക്കിന്റെ അർത്ഥമല്ല പ്രധാനം, ഓർക്കുക, മറിച്ച് ആ വാക്കിലെ നിശ്ശബ്ദതയാണ്. ''ഞാൻ നിങ്ങളോട് പറയുന്ന കാര്യങ്ങൾ നിങ്ങളുടെ ജീവിതത്തിൽ ഒരു യാഥാർത്ഥ്യമായി തീർന്നുകൊണ്ടിരിക്കുകയാണെ ങ്കിൽ നിങ്ങൾ എന്റെ വാക്കുകളെ ഓർക്കുന്നുവോ ഇല്ലയോ എന്നുള്ളത് ആര് ഗൗനിക്കുന്നു? അത് ഓർക്കാതിരിക്കുന്നത് തികച്ചും ശരിതന്നെ; വാക്കു കളുടെ ഏതെങ്കിലും തരത്തിലുള്ള സ്മരണ ഒരു തടസ്സമായിരിക്കും. പരിശുദ്ധമായ അർത്ഥം മാത്രം നിങ്ങളുടെ സത്തയുടെ അത്യഗാധമായ കാമ്പിലേക്ക് വ്യാപിക്കട്ടെ, അവിടെ വാക്കുകൾക്ക് എത്തിച്ചേരാ നാവില്ല, അവിടെ വാഗ്രഹിതമായ അർത്ഥത്തിന് മാത്രമേ പ്രവേശിക്കുവാൻ സാധ്യമാകു.''

വാസ്തവത്തിൽ, അദ്ദേഹത്തിന്റെ വാക്കുകൾ വായിക്കുക എന്നത് ഏതെങ്കിലും തരത്തിലുള്ള മനോ വ്യായാമത്തിലേർപ്പെടുക എന്നതിനേക്കാളേറെ സംഗീതം ശ്രവിക്കുന്നതിനോടാണ് സമാനമായിട്ടു ള്ളത്. സംഗീതം ശ്രവിച്ചുകൊണ്ടിരിക്കൽ- അല്ലെങ്കിൽ വീഞ്ഞ് നുണഞ്ഞുകൊണ്ടിരിക്കൽ: ഒന്ന് മൊത്തുക, മണപ്പിച്ചു നോക്കുക. ആ സ്വാദ് നിങ്ങളുടെ ആദ്ധ്യാ ത്മിക രുചി മണ്ഡലത്തെ തൊട്ടുണർത്താൻ അനു വദിക്കുക.

പ്രേം മനീഷ

ഓഷോ ധ്യാനോത്സവം

മാസം നാല്

പ്രഭാതമനന വിഷയം

ജീവിതം ഒരു വരദാനമാകുന്നു

പ്രദോഷമനന വിഷയം

ധ്യാനം അഗ്നിയാകുന്നു

1

പ്രഭാതമനനം

പ്രാർത്ഥന പഴയകാലം മുതൽ ഏറെ തെറ്റിദ്ധരിക്കപ്പെട്ടുപോരുന്നു. അത് ദൈവത്തിലുള്ള വിശ്വാസത്തിന്റെ ഭാഗമായിത്തീർന്നിരിക്കുന്നു; അതിനാൽ ദൈവത്തിൽ വിശ്വസിക്കാത്തവർക്ക് പ്രാർത്ഥിക്കുവാൻ കഴിയുന്നില്ല. ഇതുമൂലം ലക്ഷോപലക്ഷം വരുന്ന ആളുകൾക്ക് പ്രാർത്ഥന നിഷേധിക്കപ്പെട്ടിരിക്കുന്നു. പ്രാർത്ഥനയെ ദൈവവിശ്വാസത്തിൽ നിന്ന് സ്വതന്ത്രമാക്കേണ്ടിയിരിക്കുന്നു. വാസ്തവത്തിൽ പ്രാർത്ഥനയാണ് ആദ്യം വരിക, ദൈവം പിന്നീടാണ് വരുന്നത്. ദൈവം പ്രാർത്ഥനയുടെ മുന്നുപാധിയല്ല. അത് പ്രാർത്ഥനയുടെ അനന്തരഫലമാണ്. നിങ്ങൾ പ്രാർത്ഥനയിലാണെങ്കിൽ ദൈവത്തിന്റെ അസ്തിത്വത്തെക്കുറിച്ച് ബോധവാനായിത്തീരും. അപ്പോൾ ദൈവത്തിൽ 'വിശ്വസിക്കേണ്ട' ആവശ്യം വരികയില്ല. വിശ്വാസങ്ങളെല്ലാം കപടമാണ്. ജീവിതകാലം മുഴുവൻ വിശ്വസിച്ചുകൊണ്ടിരുന്നാലും, അങ്ങനെ വിശ്വസിച്ചുകൊണ്ടിരിക്കുന്നതിലൂടെ മാത്രം ആ വിശ്വാസത്തെ നിങ്ങൾക്ക് യഥാർത്ഥമാക്കുവാൻ കഴിയില്ല. വേണമെങ്കിൽ നിങ്ങൾക്ക് സ്വയം ഹിപ്നോട്ടൈസ് ചെയ്തുകൊണ്ട്, അത് സത്യമാണെന്ന് വിചാരിക്കുവാൻ കഴിയും. എന്നാലും അത് ഒരു നുണയായിത്തന്നെ നിലനിൽക്കും.

പ്രദോഷമനനം

നദിയോടൊപ്പം നിലനിൽക്കുക, നദിയോടൊപ്പം ഒഴുകുക. നദിയോടൊത്ത് പോവുക. നിങ്ങളെ സമ്പൂർണ്ണമായിത്തന്നെ നദിക്ക് വിട്ടുകൊടുക്കുക. അത് ഇപ്പോൾത്തന്നെ സമുദ്രത്തിലേക്കുള്ള യാത്രയിലാണ്, അത് നിങ്ങളെയും സമുദ്രത്തിലേക്ക് എത്തിക്കും; നിങ്ങൾ നീന്തേണ്ട ആവശ്യം പോലുമില്ല. സമുദ്രം അസ്തിത്വത്തെ പ്രതിനിധീകരിക്കുന്നു, ആ സമുദ്രത്തെ കണ്ടെത്താത്തിടത്തോളം നമുക്ക് സംതൃപ്തരാകുവാൻ സാധ്യവുമല്ല- പരിമിതികൾ, അതിർവരമ്പുകൾ കാരണം. എല്ലാ അതിർവരമ്പുകളും ബന്ധനങ്ങളാണ്. നദി സമുദ്രത്തിൽ വീഴുന്ന നിമിഷം അത് അനന്തതയായിത്തീരുന്നു, അത് നിത്യതയായിത്തീരുന്നു. അതാണ് സന്ന്യാസത്തിന്റെ ലക്ഷ്യവും. നിങ്ങളെ അനന്തതയിലെത്തുവാൻ സഹായിക്കുക, നിത്യമായതിൽ, ആ വിശാലതയിൽ, അപരിമിതത്തിൽ, ആ അനിർവചനീയത്തിൽ, ആ അവാച്യത്തിൽ എത്തുവാൻ സഹായിക്കുക.

പ്രഭാതമനനം

ജീവിതം ദൈവത്തിൽ നിന്നു ലഭിച്ച ഒരു വരദാനമാകുന്നു. നാമത് നേടിയെടുത്തതല്ല, വാസ്തവത്തിൽ നാമത് അർഹിക്കുന്നുപോലുമില്ല. എന്നാൽ നമ്മൾ എത്രമാത്രം നന്ദികെട്ട ജീവികളാണ്! ലളിതമായ ഒരു 'നന്ദി' വാക്കുപോലും നമ്മളിൽ നിന്ന് ഉയരുന്നില്ല. വളരുവാനുള്ള ഈ മഹത്തായ അവസരം നമുക്ക് നൽകപ്പെട്ടിരിക്കുന്നുവെന്നതിൽ നമുക്ക് കൃതജ്ഞതയില്ല. ഇവിടെ ജീവിക്കുവാൻ, കാണുവാൻ, പ്രേമിക്കുവാൻ, ചിരിക്കുവാൻ, അസ്തിത്വത്തിന്റെ സംഗീതം ആസ്വദിക്കുവാൻ, ഈ ലോകത്തിന്റെ സൗന്ദര്യം ആസ്വദിക്കുവാൻ അവസരം കിട്ടിയതിൽ നമുക്ക് കൃതജ്ഞതയില്ല. നാം ഒട്ടുമേ കൃതജ്ഞരല്ല. നേരെമറിച്ച് നമ്മൾ നിരന്തരം പരാതിപ്പെട്ടുകൊണ്ടിരിക്കുകയാണ്.

ആളുകളുടെ പ്രാർത്ഥനയൊന്ന് ശ്രദ്ധിക്കുകയാണെങ്കിൽ അത്ഭുതപ്പെട്ടുപോകും: അവരുടെ പ്രാർത്ഥനകളെല്ലാം പരാതികളാണ്. അവരുടെ പ്രാർത്ഥനകൾ കൃതജ്ഞതയിൽ നിന്ന് വരുന്നതല്ല! അവർ കുറേക്കൂടി അവശ്യപ്പെട്ടുകൊണ്ടിരിക്കുകയാണ്. അവർ പറയുന്നു, "ഇതൊന്നുംപോരാ...." വാസ്തവം പറഞ്ഞാൽ അതൊരിക്കലും മതിയാകുവാൻ പോകുന്നുമില്ല, കാരണം ദരിദ്രനായ വ്യക്തിയും കൂടുതൽ ആവശ്യപ്പെടുന്നു, ധനികനായവ്യക്തിയും കൂടുതൽ ആവശ്യപ്പെടുന്നു, യാചകനും ഇനിയും വേണമെന്നു പറയുന്നു, ചക്രവർത്തിയും കൂടുതൽ ആവശ്യപ്പെടുന്നു. കൂടുതൽ കൂടുതൽ എല്ലാവരും ആവശ്യപ്പെട്ടുകൊണ്ടിരിക്കുകയാണ്.

ജീവിതം ഒരു വരദാനമാകുന്നു

എല്ലാവരും ഇനിയുമിനിയും വേണമെന്ന് ആവശ്യപ്പെട്ടുകൊണ്ടിരിക്കും. അതിനർത്ഥം, നിങ്ങൾക്ക് നൽകപ്പെട്ടിട്ടുള്ളതെന്തായാലും അത് നിങ്ങൾക്ക് മതിയാകുന്നില്ല എന്നാണ്– ''കൂടുതൽ ലഭിക്കുവാൻ ഞാൻ അർഹനാണ്. നീ എന്നോട് ചെയ്തത് ശരിയായില്ല!'' ഇതാണ് പ്രാർത്ഥന. ഞാനിതിനെ മതനിരാസം എന്നു വിളിക്കും. അതിനാൽ എന്നെ സംബന്ധിച്ചിടത്തോളം അമ്പലങ്ങളിലും പള്ളികളിലും സിനഗോഗുകളിലും നടന്നുകൊണ്ടിരിക്കുന്ന പ്രാർത്ഥനകളെല്ലാം മതനിരാസങ്ങളാണ്. യഥാർത്ഥമായ പ്രാർത്ഥന കൃതജ്ഞതയുടേതു മാത്രമാണ്; കേവലം ലളിതമായ ഒരു 'താങ്ക്യൂ' മാത്രം മതിയാകും.

പ്രദോഷമനനം

ജീവിതമെന്നാൽ സദാ ഒഴുകിക്കൊണ്ടിരിക്കൽ, നീങ്ങിക്കൊണ്ടിരിക്കൽ എന്നാണർത്ഥം. ഏറ്റവും വിദൂരമായ നക്ഷത്രത്തിൽ എത്തിച്ചേരുന്നതിനുവേണ്ടി യാത്ര തുടർന്നുകൊണ്ടേയിരിക്കുക. ആ യാത്ര തന്നെ അഭിരാമമാക്കി മാറ്റുക- ലക്ഷ്യങ്ങളെക്കുറിച്ച് കൂടുതൽ വേവലാതിപ്പെടേണ്ടതില്ല. ലക്ഷ്യങ്ങൾ യാത്ര നിരന്തരം തുടർന്നുകൊണ്ടിരിക്കുന്നതിനു വേണ്ടിയുള്ള ഒഴികഴിവുകൾ മാത്രമാണ്. വാസ്തവത്തിൽ ജീവിതത്തിൽ ലക്ഷ്യങ്ങളൊന്നുമില്ല. ജീവിതം ഒരു വ്യർത്ഥയാത്രയാണ്, ഒന്നുമില്ലായ്മയിലേക്കുള്ള ഒരു തീർത്ഥയാത്ര, ഒരിടത്തേക്കുമല്ലാത്ത ഒരു തീർത്ഥയാത്ര- കേവലം പരിശുദ്ധമായ ഒരു തീർത്ഥയാത്ര. ഇതു മനസ്സിലാക്കുന്നത് മഹത്തായ സ്വാതന്ത്ര്യം കൊണ്ടുവരുന്നു. അപ്പോൾ മഹത്തായ ഒരു ഭാരം ഇറക്കിവെക്കൽ സംഭവിക്കുന്നു. എല്ലാ ഉത്ക്കണ്ഠകളും വ്യഥകളും കൊഴിഞ്ഞു പോകുന്നു; എല്ലാ വ്യാകുലതകളും അപ്രത്യക്ഷമാകുന്നു, ആവിയായി പോകുന്നു. കാരണം ലക്ഷ്യമൊന്നുമില്ലാതാകുമ്പോൾ നിങ്ങൾക്ക് പരാജയപ്പെടാനാകില്ല. പരാജയം എന്നത് നമ്മുടെ ആശയമാണ്. കാരണം നമ്മൾ ഒരു ലക്ഷ്യത്തിൽ വിശ്വസിക്കുന്നു.

ഉദാഹരണമായി, എനിക്ക് ഒരിക്കലും പരാജയപ്പെടാൻ കഴിയില്ല. കാരണം എനിക്ക് ഒരു ലക്ഷ്യവുമില്ല. എനിക്ക് ഒരിക്കലും ഇച്ഛാഭംഗം അനുഭവപ്പെടുന്നില്ല. കാരണം ഞാനൊരിക്കലും ഒന്നും പ്രതീക്ഷിക്കുന്നില്ല. എന്തെങ്കിലും സംഭവിക്കുകയാണെങ്കിൽ, നല്ലത്; ഒന്നും സംഭവിക്കുന്നില്ലെങ്കിൽ, അതിനേക്കാളും നല്ലത്! രണ്ടായാലും എപ്പോഴും നല്ലതു തന്നെ. അതുതന്നെയാണ് എന്റെ പ്രാഥമികമായ പ്രബോധനവും: ഓരോ നിമിഷവും അതിന്റെ സമ്പൂർണ്ണതയിൽ ജീവിക്കുക. അത് ഏതെങ്കിലും

ഒരു ലക്ഷ്യത്തിന് വേണ്ടിയുള്ള മാർഗ്ഗമല്ല. തുടക്കത്തിൽ അത് വലിയ പ്രയാസമാണ്. അതുകൊണ്ട് ഞാൻ നിങ്ങൾക്ക് മിഥ്യയായ ലക്ഷ്യങ്ങളും ഉന്നങ്ങളും നൽകിക്കൊണ്ടിരിക്കുന്നു. അവ വെറും കളിപ്പാട്ടങ്ങളാണ്. അവയെ കൂടാതെയും നിങ്ങൾക്ക് മുന്നോട്ട് പോകാം. ഈ യാത്രയിൽത്തന്നെ നിങ്ങൾ അഭിരമിക്കുവാൻ തുടങ്ങിക്കഴിഞ്ഞാൽ, അപ്പോൾ ഒരു ലക്ഷ്യത്തിന്റെയും ആവശ്യകതയില്ല. അപ്പോൾ ജീവിതത്തിന്റെ അർത്ഥമെന്തെന്ന് നിങ്ങൾ ആരായുകയില്ല, ജീവിതം തന്നെയാണ് അതിന്റേതായ അർത്ഥം. അത് അതിൽത്തന്നെ സ്വയം ലക്ഷ്യമായിരിക്കുന്നു.

ഇതാണ് സമ്പൂർണസ്വാതന്ത്ര്യത്തിന്റെ അവസ്ഥയും.

പ്രഭാതമനനം

ലോകമാകെ പ്രാർത്ഥന എന്ന പേരിൽ അറിയപ്പെടുന്നതുമായി പ്രാർത്ഥനയ്ക്ക് യാതൊരു ബന്ധവുമില്ല. യഥാർത്ഥമായ പ്രാർത്ഥന ഒരു അനുഷ്ഠാനമല്ല. യഥാർത്ഥമായ പ്രാർത്ഥനയ്ക്ക് പള്ളികളുമായോ അമ്പലങ്ങളുമായോ യാതൊരു ബന്ധവുമില്ല. യഥാർത്ഥമായ പ്രാർത്ഥന ക്രൈസ്തവമോ ഹൈന്ദവമോ മുഹമ്മദീയമോ അല്ല. യഥാർത്ഥമായ പ്രാർത്ഥന വാക്കുകളുമായി ബന്ധപ്പെട്ടതല്ല, അത് വാചികമല്ല, നിശ്ശബ്ദമായ കൃതജ്ഞതയാണ്, നിശ്ശബ്ദമായി അസ്തിത്വത്തെ വണങ്ങലാണത്.

അതിനാൽ എവിടെ, എപ്പോൾ നിങ്ങൾക്ക് ഭൂമിക്ക് മുന്നിൽ, വൃക്ഷങ്ങൾക്ക് മുന്നിൽ, ആകാശത്തിനു മുന്നിൽ തല കുമ്പിടണമെന്ന് തോന്നുന്നുവോ, കുമ്പിടുക. ആ വണങ്ങൽ, പതുക്കപ്പതുക്കെ, സ്വയം അപ്രത്യക്ഷമാകുന്നതിന് നിങ്ങളെ സഹായിക്കും.

പ്രാർത്ഥന അഹംബോധത്തെ നശിപ്പിക്കുന്ന മഹത്തായ രീതിശാസ്ത്രങ്ങളിൽ ഒന്നാണ്. അഹംബോധം ഇല്ലാതായിക്കഴിയുമ്പോൾ അവശേഷിക്കുന്നത് ദൈവമാണ്. അഹംബോധമാണ് ഒരു കാർമേഘമായി ദൈവത്തെ മറച്ചുനിർത്തുന്നത്. ആ കാർമേഘം അകന്നുകഴിയുമ്പോൾ സൂര്യൻ അതിന്റെ എല്ലാ പ്രഭാപൂരത്തിലും സൗന്ദര്യത്തിലും ഗാംഭീര്യത്തിലും വെട്ടിത്തിളങ്ങി മുന്നോട്ടുവരുന്നു.

പ്രദോഷമനനം

സ്വാതന്ത്ര്യം ഏറ്റവും സംഗതമായിട്ടുള്ള വിശിഷ്ഠ ഗുണങ്ങളിൽ ഒന്നത്രെ. വാസ്തവത്തിൽ സ്വാതന്ത്ര്യത്തിലൂടെയാണ് മഹനീയമായിട്ടുള്ളതെല്ലാം പ്രഫുല്ലനം ചെയ്യുന്നത്. നിങ്ങൾ സ്വതന്ത്രനാണെങ്കിൽ മാത്രമേ നിങ്ങൾക്ക് പ്രേമിക്കുവാൻ കഴിയൂ; സ്വതന്ത്രനാണെങ്കിൽ മാത്രമേ നിങ്ങൾക്ക് സത്യാന്വേഷണം നടത്തുവാൻ കഴിയൂ; സ്വതന്ത്രനാണെങ്കിൽ മാത്രമേ നിങ്ങൾക്ക് ആഹ്ലാദവാനായി വർത്തിക്കുവാൻ കഴിയൂ. അതിനാൽ സ്വാതന്ത്ര്യം സന്ന്യാസത്തിന്റെ അധിഷ്ഠാനം തന്നെയായിത്തീരേണ്ടതുണ്ട്.

നിങ്ങൾ ഒരു ക്രൈസ്തവസഭയുടെയോ അല്ലെങ്കിൽ, ഒരു വർഗ്ഗത്തിന്റെയോ, ഒരു രാജ്യത്തിന്റെയോ, സമുദായത്തിന്റെയോ ഭാഗമായിരിക്കണമെന്ന് ഞാൻ ആഗ്രഹിക്കുന്നില്ല. അവയെല്ലാം വൃത്തികെട്ട കാര്യങ്ങളാണ്. ഒരുവൻ ആ അസംബന്ധങ്ങളിൽ നിന്നെല്ലാം മുക്തനായിത്തീരണം. ഒരുവൻ കേവലം ഒരു മനുഷ്യൻ മാത്രമായി വർത്തിക്കണം. ക്രിസ്ത്യാനിയോ, ഹിന്ദുവോ, മുഹമ്മദീയനോ ആയിരിക്കേണ്ടയാതൊരാവശ്യവുമില്ല. ഒരു ഇന്ത്യക്കാരനോ, അമേരിക്കക്കാരനോ, ജർമ്മൻകാരനോ ആയിരിക്കേണ്ട ആവശ്യവുമില്ല. ഈ ബന്ധനങ്ങളിൽ നിന്നെല്ലാം ഒരുവൻ മുക്തനാകേണ്ടതുണ്ട്. അവയെല്ലാം നിങ്ങളുടെ സത്തയെ കൂട്ടിനുള്ളിൽ അടച്ചിടുന്ന തടവറകളാണ്. അത് തല്ലിത്തകർത്ത് പുറത്തുവരിക! അതെല്ലാം നിങ്ങളുടെ തീരുമാനമനുസരിച്ചിരിക്കുന്നു. ഇക്കാര്യങ്ങളുമായെല്ലാം സഹകരിക്കുകയാണെങ്കിൽ നിങ്ങൾ നിങ്ങളുടെ അടിമത്തവുമായി സഹകരിക്കുകയാണ് ചെയ്യുന്നത്. ആ സഹകരിക്കൽ അവസാനിപ്പിക്കുക. മറ്റാരുമല്ല നിങ്ങളെ ബന്ധനത്തിൽ

നിലനിർത്തുന്നത്, നിങ്ങളുടെ സ്വന്തം അബോധം തന്നെയാണ്. അതുകൊണ്ട് നിങ്ങളുടെ അടിമത്തവുമായി നിങ്ങൾ എത്രകണ്ട് സഹകരിക്കുന്നു എന്നതിനെക്കുറിച്ച് ബോധവാനായിത്തീരുക, ആ അവബോധം മാത്രം മതി എല്ലാ അടിമത്തവും ഒഴിവാക്കുവാൻ. സ്വാതന്ത്ര്യം നിങ്ങളുടെ പ്രകൃതമാകുന്നു, അത് നേടിയെടുക്കാനുള്ളതൊന്നുമല്ല. അടിമത്തങ്ങളെല്ലാം അപ്രത്യക്ഷമാകുമ്പോൾ ഒരുവൻ സ്വതന്ത്രനാകുന്നു. അടിമത്തം തീരെ ഇല്ലാതാകുമ്പോൾ സ്വാതന്ത്ര്യം നിങ്ങളുടെ സത്തയിൽ നിന്ന് ഉറവയെടുത്ത് ഉയരാൻ തുടങ്ങുന്നു. സ്വാതന്ത്ര്യത്തിലൂടെ ജീവിതം മഹത്തായ സൗന്ദര്യം പൂകുവാനും തുടങ്ങുന്നു. അപ്പോൾ എല്ലാം സാധ്യമാകും- സ്നേഹം, സത്യം, ദൈവികത, എല്ലാം.

പ്രഭാതമനനം

ആളുകൾ പ്രാർത്ഥിക്കുന്നത് അവരുടെ ദുഃഖത്തിൽ നിന്നാണ്. അവർ പ്രാർത്ഥിക്കുന്നതിന്റെ കാരണം അവർ ദുഃഖിതരായിരിക്കുന്നതാണ്. പ്രാർത്ഥനയിലൂടെ ദുഃഖത്തിൽ നിന്നും കരകയറാമെന്ന് അവർ വിചാരിക്കുകയും ചെയ്യുന്നു. അത്തരത്തിലുള്ള പ്രാർത്ഥനയ്ക്ക് കൂടിയാൽ അവരെയൊന്ന് ആശ്വസിപ്പിക്കുവാൻ സാധിച്ചേക്കും, അല്ലാതെ ദുഃഖത്തിൽ നിന്ന് കരകയറുവാൻ അത് സഹായിക്കുകയില്ല. അവർ അവരുടെ ദുഃഖവുമായി പൊരുത്തപ്പെട്ടു ജീവിക്കുന്നവരായിത്തീരും, അത് ശരിക്കും അപകടകരമാണ്. മതം - സാധാരണ മതം - എന്ന് പറയപ്പെടുന്നത് ആ രീതിയിലാണ് പ്രവർത്തിക്കുന്നത്, അത് നിങ്ങളെ എല്ലാത്തരം ദുഃഖങ്ങളുമായി പൊരുത്തപ്പെട്ടുകൊണ്ട് ജീവിക്കുവാൻ സഹായിക്കുന്നു.

അതുകൊണ്ടാണ് പൗരസ്ത്യനാട്ടിൽ എല്ലാത്തരത്തിലുള്ള ദുഃഖങ്ങളും യാതൊരു കലാപവും കൂടാതെ സഹിക്കുവാൻ തയ്യാറായിക്കൊണ്ട് ജീവിക്കുന്ന ആളുകളെ നിങ്ങൾക്ക് കാണുവാൻ കഴിയുന്നത്. അവർക്ക് യാതൊരു കലാപവുമില്ല, ജീവിതം മെച്ചപ്പെടുത്തുവാനുള്ള യാതൊരു ശ്രമവും അവർക്കില്ല. അതിനുകാരണം അവരുടെ ഈ മതമെന്ന് പറയുന്നതാണ്. അവർ എല്ലാ കാര്യങ്ങളുമായി പൊരുത്തപ്പെട്ടവരായിത്തീർന്നിരിക്കുന്നു. ജീവിതം വ്യത്യസ്തമായ ചിലതാകാം എന്ന കാര്യം അവർ തീർത്തും മറന്നുപോയിരിക്കുന്നു. നിലവിലുള്ള ജീവിതം അവർ അതേപടി അംഗീകരിച്ചിരിക്കുന്നു.

ഇതൊരു നല്ല സ്ഥിതിവിശേഷമല്ല: അത് പരിണാ

മത്തെ തടഞ്ഞുനിർത്തുന്നു. അതിനാൽ ഒരുവൻ ദുഃഖത്തിലായിരിക്കുമ്പോൾ ഞാനൊരിക്കലും പ്രാർത്ഥന നിർദ്ദേശിക്കുകയില്ല. നിങ്ങൾ സന്തോഷവാനായും പ്രസന്നനായും ഇരിക്കുമ്പോൾ മാത്രമേ പ്രാർത്ഥന പാടുള്ളു; നിങ്ങൾക്ക് ആനന്ദത്താൽ ആടുവാനും പാടുവാനും കഴിയുമ്പോൾ, സ്വയം അഭിരമിക്കുവാൻ കഴിയുമ്പോൾ മാത്രം. അപ്പോൾ പ്രാർത്ഥന അജ്ഞാതത്തിലേക്കുള്ള അതിഗംഭീരമായ ഒരു ചാട്ടമാകുന്നു. കാരണം അത് നിങ്ങളെ അസ്തിത്വത്തിൽ വിശ്വസ്തതയർപ്പിക്കുവാൻ സഹായിക്കുന്നു. പ്രാർത്ഥന വിശ്വസ്തതയാണ്. അത് സമ്പൂർണതയുമായുള്ള ഒരു പ്രണയബന്ധമാണ്, വൃക്ഷങ്ങളും നക്ഷത്രങ്ങളും, നിലനിൽക്കുന്ന സകലതുമായുള്ള ഒരു പ്രണയബന്ധം.

പ്രദോഷമനനം

നാം വിത്തുകളാകുന്നു. എന്നാൽ വിത്തായി ത്തന്നെ മരണമടയുക എന്നത് നിർഭാഗ്യകരമായിരിക്കും. നമ്മൾ പുഷ്പങ്ങളായിത്തീരേണ്ടതുണ്ട്, സൗരഭ്യം വാരിവിതറേണ്ടതുണ്ട്; അപ്പോൾ മാത്രമേ സാഫല്യമുണ്ടാവുകയുള്ളു. ഒരു വൃക്ഷം പ്രഫുല്ലനം ചെയ്യുമ്പോൾ സഫലീകരിക്കപ്പെടുന്നു; വസന്തം വരികയും വൃക്ഷം അതിന്റെ ഹൃദയം വർണ്ണങ്ങളായി, സുഗന്ധമായി, സന്തോഷമായി വാരിവിതറുകയും ചെയ്യുമ്പോഴാണ് സംതൃപ്തിയടയുന്നത്. അത് സംതൃപ്തിയടയുകയും സൂര്യപ്രകാശത്തിൽ, കാറ്റിൽ അലഞ്ഞുലഞ്ഞ് നൃത്തം വെയ്ക്കുകയും ചെയ്യുന്നു.

നിങ്ങളുടെ മഹത്തായ സാധ്യതാശേഷിയെക്കുറിച്ച്, നിങ്ങളുടെ അനന്തമായ സാധ്യതയെക്കുറിച്ച്, നിങ്ങൾക്ക് എത്തിച്ചേരാൻ കഴിയുന്ന ഉയരങ്ങളെക്കുറിച്ച്, നിങ്ങൾക്ക് ഊളിയിടാൻ കഴിയുന്ന ആഴങ്ങളെക്കുറിച്ച് നിങ്ങളെ ബോധവാനാക്കിത്തീർക്കുക എന്നതാണ് ഇവിടെ എന്റെ പ്രവർത്തനം. നിങ്ങളുടെ ഉയരങ്ങൾ ഹിമാലയത്തേക്കാൾ ഉന്നതമാണ്, നിങ്ങളുടെ ആഴങ്ങൾ ശാന്തസമുദ്രത്തേക്കാൾ ആഴമേറിയതാണ്. നിങ്ങളുടെ ഔന്നത്യങ്ങളും ആഴങ്ങളും ഒരിക്കൽ നിങ്ങളറിഞ്ഞുകഴിഞ്ഞാൽ, ജീവിതം കൃതജ്ഞത മാത്രമായിത്തീരുന്നു. അസ്തിത്വം നിങ്ങൾക്ക് അത്രമാത്രം നൽകിയിരിക്കുന്നു. അത് അതിന്റെ സൃഷ്ടിപരത മുഴുവനും നിങ്ങളുടെ സത്തയിലേക്ക് പകർന്നിരിക്കുന്നു. അത് നിങ്ങളെ അത്രയും സമ്പന്നനാക്കി നിർമ്മിച്ചിരിക്കുന്നു, തീർത്താൽ തീരാത്തവിധം സമ്പന്നനായി.... എന്നാൽ നമ്മൾ ജീവിച്ചുകൊണ്ടിരിക്കുന്നത് യാചകരെപ്പോലെയാണ്.

എന്റെ സന്ന്യാസത്തിന്റെ അർത്ഥം, നിങ്ങൾ ഇനിമേൽ ഒരു യാചകനല്ല, മറിച്ച് ഒരു ചക്രവർത്തിയാണ്, ഒരു ചക്രവർത്തിനിയാണ് എന്ന പ്രഖ്യാപനമാകുന്നു.

പ്രഭാതമനനം

പ്രാർത്ഥനയെന്ന് പേരിനർഹതപ്പെട്ട കൊള്ളാവുന്ന ഒരേയൊരു പ്രാർത്ഥന പ്രേമമാകുന്നു. മറ്റുള്ള പ്രാർത്ഥനകളെല്ലാം അങ്ങനെ വിളിക്കപ്പെടുന്നവ മാത്രമാണ്. അവ കപടമാണ്. കേവലം മോശമായ ബദലുകൾ. ആളുകൾക്ക് പ്രേമിക്കുവാൻ കഴിയുന്നില്ല; അവർ പ്രാർത്ഥിക്കുന്നു. നിശ്ചയമായും, അവരുടെ പ്രാർത്ഥന അവർക്കൊരാശ്വാസം നൽകുന്നുണ്ട്.

മനുഷ്യൻ മറ്റുള്ളവരെ വഞ്ചിക്കുന്നതിൽ അത്രയധികം സമർത്ഥനായിരിക്കുന്നതിനാൽ ഒടുവിൽ അവൻ അവനെത്തന്നെ വഞ്ചിക്കുവാനും തുടങ്ങുന്നു. അവന് മനുഷ്യജീവികളെ സ്നേഹിക്കുവാൻ കഴിയുന്നില്ല, അതിനാൽ അവൻ മനുഷ്യരാശിയെ സ്നേഹിക്കുവാൻ തുടങ്ങുന്നു. നോക്കുക, ഇതൊരു തന്ത്രമാണ്. മനസ്സ് നിങ്ങളെ വിഡ്ഢിയാക്കുകയാണ്. എവിടെയാണ് നിങ്ങൾ മനുഷ്യരാശിയെ കണ്ടെത്താൻ പോകുന്നത്? നിങ്ങൾ എവിടെപ്പോയാലും എല്ലായ്പ്പോഴും കാണുന്നത് സമൂർത്തനായ ഒരു മനുഷ്യജീവിയെയാണ്. മനുഷ്യരാശി എന്നത് അമൂർത്തമായൊരു പദപ്രയോഗം, കേവലം ഒരു ആശയം മാത്രമാണ്– നിങ്ങൾക്ക് ഒരു ആശയത്തെ സ്നേഹിക്കുവാനാവില്ല. എന്നാൽ ഒരു ആശയത്തെ സ്നേഹിക്കുക എന്നു പറയാൻ എളുപ്പമാണ്, കാരണം അത് ഒരു പ്രശ്നവും സൃഷ്ടിക്കുന്നില്ല. നിങ്ങൾ ഒന്നും ബലികഴിക്കുമെന്ന് ആരും പ്രതീക്ഷിക്കുന്നില്ല. നിങ്ങൾക്ക് നിലവിൽ നടപ്പുള്ളതുപോലെ തന്നെ നിലനിൽക്കാം. താനൊരു മഹത്തായ മാനവികതാ പ്രേമിയാണെന്ന് വാചകമടിക്കുകയും ചെയ്യാം.

അസ്തിത്വത്തെ സ്നേഹിക്കുവാൻ കഴിയാത്ത

ആളുകൾ ദൈവത്തെ സ്നേഹിക്കുവാൻ തുടങ്ങുന്നു. നോക്കുക, അസ്തിത്വം 'ഇവിടെ ഇപ്പോൾ' ആണ്. ദൈവം കേവലം നിങ്ങളുടെ മനസ്സിനുള്ളിലും; വെറുമൊരു പദപ്രയോഗം മാത്രം. അത് നിലനിൽക്കുന്നില്ല. ആളുകൾക്ക് പ്രേമത്തെ ഭയമാണ്, എന്നാൽ ദൈവത്തെ പ്രേമിക്കുവാൻ എളുപ്പവുമാണ്. ദൈവം ഒരിക്കലും മരിക്കുന്നില്ല, കാരണം ഒന്നാമതായി ദൈവം ഒരിക്കലും ഉണ്ടായിരിക്കുന്നില്ല. നിലവിലില്ലാത്ത ഒന്നിന് മരിക്കുക അസാധ്യമാണ്. എന്നാൽ ഞാൻ നിങ്ങളോട് പറയുന്നു, ദൈവത്തിന് ഒരു ഭൂതമോ ഭാവിയോ ഇല്ല. ദൈവികത സത്യമാണ്. ദൈവം എന്നത് തത്വചിന്താപരമായ ഒരു പദപ്രയോഗം മാത്രവും.

പ്രാർത്ഥന ശ്വാസോച്ഛ്വാസമായിരിക്കട്ടെ, പ്രാർത്ഥന ജീവിതമായിരിക്കട്ടെ. ഈ സുന്ദരമായ അസ്തിത്വത്തെ സ്നേഹിക്കുക. പ്രേമത്തിലൂടെയാണ് എല്ലായിടത്തുമുള്ള ദൈവികതയുടെ ഗംഭീരസാന്നിധ്യത്തെക്കുറിച്ച് നിങ്ങൾ ബോധവാനായിത്തീരുന്നത്. ഞാൻ ഒന്നുകൂടി പറയട്ടെ, ദൈവത്തിന്റെ അല്ല ദൈവികതയുടെ.

പ്രദോഷമനനം

കൂടുതൽ കൂടുതൽ അനുഭവങ്ങളിലൂടെ നിങ്ങൾ ജീവിച്ചുകൊണ്ടിരിക്കവെ, കൂടുതൽ കൂടുതൽ ഓർമ്മകൾ സംഭരിക്കപ്പെടുകയും അതൊരു പർവ്വതമായി, ശരിക്കും ഭാരമേറിയതായിത്തീരുകയും ചെയ്യുന്നു. ആളുകൾ അതിനടിയിൽപ്പെട്ട് ഞെങ്ങിഞെരുങ്ങിപ്പോകുന്നു. എന്നാലതിന്റെ ആവശ്യമില്ല, ഉപയോഗശൂന്യമെന്ന് കാണുന്ന നിമിഷം നിങ്ങൾക്കത് ഉപേക്ഷിക്കാം. അത് നിങ്ങളെ അള്ളിപ്പിടിക്കുന്നില്ല, നിങ്ങൾ അതിനെ അള്ളിപ്പിടിക്കുകയാണ്. അതിനാൽ കേവലം അതിൽ നിന്ന് പിടിവിടുക മാത്രമേ നിങ്ങൾ ചെയ്യേണ്ടതുള്ളു.

നിരീക്ഷകത്വത്തിലൂടെ വന്നുചേരുന്ന മറ്റൊരു കാര്യമിതാണ്, എന്തെന്നാൽ, ഭാവി എന്നാൽ ഇനിയും വന്നെത്തിയിട്ടില്ലാത്തതാണ് എന്ന കാര്യത്തെക്കുറിച്ച് നിങ്ങൾ ബോധവാനാകുന്നു. അതിനാൽ എന്തിന് അതിനെക്കുറിച്ച് ഉത്ക്കണ്ഠപ്പെടണം? അതു വരട്ടെ, അപ്പോൾ നമുക്ക് കാണാം, അപ്പോൾ നമുക്ക് പ്രതികരിക്കാം. അതിനെക്കുറിച്ച് ഉത്ക്കണ്ഠപ്പെടേണ്ടയാതൊരാവശ്യവുമില്ല- അതൊരിക്കലും വന്നുചേരാതിരിക്കാം. ഇനി വരികയാണെങ്കിൽതന്നെ, നിങ്ങൾക്കിപ്പോൾ ചിന്തിക്കുവാൻ കഴിയാത്ത ഒരു രീതിയിലായിരിക്കാം അത് വരുന്നത്. പ്രവചിക്കുവാൻ കഴിയുന്നതല്ല അത്. നിങ്ങൾ അതിനെക്കുറിച്ച് എന്തൊക്കെ ചിന്തിച്ചുകൊണ്ടിരുന്നാലും, നിങ്ങളുടെ ചിന്തയുടെ തൊണ്ണൂറ്റിയൊൻപത് ശതമാനവും ഒരിക്കലും വരാൻ പോകുന്നില്ല. പിന്നെ, ആ ഒരു ശതമാനത്തിനുവേണ്ടി നിങ്ങളുടെ ഊർജ്ജം മുഴുവനും പാഴാക്കുന്നത് വെറും മണ്ടത്തരമായിരിക്കും.

ഇത് മനസ്സിലാക്കിക്കഴിഞ്ഞാൽ നിങ്ങൾ ഭാവിയിൽ നിന്ന് സ്വയം പിന്മാറും- ഭൂതവും ഭാവിയും നൂറു ശതമാനവും നിങ്ങളുടെ മനസ്സിന്റേതാണുതാനും. അതിന്റെ ഉള്ളടക്കം മുഴുവനും - അമ്പതു ശതമാനം ഭൂതവും അമ്പത് ശതമാനം ഭാവിയും. വർത്തമാനത്തിൽ യാതൊരു ഉള്ളടക്കവുമില്ല. ഒരുവൻ കേവലം ഇപ്പോൾ ഇവിടെയാണെങ്കിൽ, അപ്പോൾ അവബോധം ശൂന്യമായിരിക്കുന്നു.

നിങ്ങളുടെ മനസ്സിനുള്ളിലേക്ക് നോക്കിയാൽ നിങ്ങൾക്ക് കാണുവാൻ കഴിയും, ഒന്നുകിൽ ഭൂതത്തിൽ നിന്നുള്ള എന്തെങ്കിലും ഒന്ന് അവിടെ നീങ്ങിക്കൊണ്ടിരിക്കുന്നുണ്ടാകും, അല്ലെങ്കിൽ ഭാവിയിൽ നിന്നുള്ള എന്തെങ്കിലും ഒന്ന്. ഈ യഥാർത്ഥ നിമിഷത്തെ സംബന്ധിച്ചിടത്തോളം അവബോധം പരിശുദ്ധമാണ്. അങ്ങനെ പതുക്കെപ്പതുക്കെ ഭൂതത്തേയും ഭാവിയേയും ഉപേക്ഷിച്ചുകൊണ്ട് ധ്യാനി വർത്തമാനനിമിഷത്തിൽ നിലകൊള്ളുവാൻ തുടങ്ങുന്നു.

ഇപ്പോൾ ഇവിടെ ജീവിക്കുകയെന്നതാണ് മതാത്മകമായൊരു ജീവിതം നയിക്കൽ. അത് പരിശുദ്ധമായ അവബോധമാകുന്നു; ആ പരിശുദ്ധമായ അവബോധത്തിൽ നിന്നുകൊണ്ട് എന്തുതന്നെ സംഭവിച്ചാലും അതു പുണ്യമാകുന്നു, എന്തുചെയ്താലും അത് ശരിയാകുന്നു. നിങ്ങളുടെ പ്രതികരണം എന്തായിരുന്നാലും അതിന് വേണ്ടി നിങ്ങൾ ഒരിക്കലും പശ്ചാത്തപിക്കുകയില്ല, അക്കാര്യത്തിൽ നിങ്ങൾക്കൊരിക്കലും കുറ്റബോധം തോന്നുകയില്ല.

പ്രഭാതമനനം

പ്രാർത്ഥിക്കുന്നതിനായി ഒരുവൻ ദൈവത്തിൽ വിശ്വസിക്കേണ്ട ആവശ്യമില്ല. ആദ്യം പ്രാർത്ഥനയെ അറിയേണ്ടതുണ്ട്, അപ്പോൾ അയാൾ ദൈവത്തിൽ വിശ്വസിക്കാതെ തരമില്ല- എന്നാൽ ആദ്യം പ്രാർത്ഥനയാണ് വരുന്നത്, ദൈവം രണ്ടാമത്തേതാണ്. കപടമായ ഈ ലോകത്ത് ആദ്യം വരുന്നത് ദൈവമാണ്: നിങ്ങൾ ദൈവത്തിൽ വിശ്വസിക്കണം. അത് പ്ലാസ്റ്റിക്കാണ്- വിശ്വാസം എന്നാൽ പ്ലാസ്റ്റിക് എന്നർത്ഥം. അതിനുശേഷമാണ് നിങ്ങൾ പ്രാർത്ഥിക്കുന്നത്; നിങ്ങൾ പ്രാർത്ഥിക്കുന്നത് നിങ്ങളുടെ സ്വന്തം വിശ്വാസത്തോടാണ്. അപ്പോൾ നിങ്ങൾക്ക് ദൈവത്തിന്റെ വിഗ്രഹമോ അല്ലെങ്കിൽ നിങ്ങൾക്ക് ഇഷ്ടമുള്ളതെന്തും നിർമ്മിക്കാം - അത് നിങ്ങളുടെ സ്വന്തം കളിപ്പാട്ടമാണ്. എന്നിട്ട് മനോഹരമായൊരു പ്രാർത്ഥനാഗാനം രചിക്കാം. അല്ലെങ്കിൽ വിദഗ്ദ്ധരായ മറ്റാരെങ്കിലും - പുരോഹിതന്മാർ - അത് നിങ്ങൾക്ക് രചിച്ചു തരും; അതുമല്ലെങ്കിൽ പ്രാചീനഗ്രന്ഥങ്ങളിൽ നിന്നും നിങ്ങൾക്കത് കണ്ടുപിടിക്കാം- പക്ഷെ അവയെല്ലാം മനുഷ്യനിർമ്മിതമാണ്. മതം ആകെത്തന്നെ മനുഷ്യനിർമ്മിതമാണ്; അതിനാൽ അത് കപടമാണ്.

യഥാർത്ഥമതം ഉയർന്നു വരുന്നത് പ്രേമത്തിൽ നിന്നാണ്, സ്വാഭാവികമായും അപ്പോൾ അത് ഹൈന്ദവമോ ക്രൈസ്തവമോ മുഹമ്മദീയമോ അല്ല; അതൊരു മതമേയല്ല. ഒരു ദേവാലയമോ, ഒരു തത്വസംഹിതയോ, ജീവിതരീതിയോ ഒന്നുമല്ല. മറിച്ച് നിറഞ്ഞു കവിയുന്ന ഒരു പ്രേമം- അത് പ്രാർത്ഥനയായിത്തീരുന്നു. അങ്ങനെ ആത്യന്തികതയിൽ പ്രാർത്ഥന നിങ്ങൾക്ക് ദൈവത്തെ വെളിപ്പെടുത്തിത്തരുന്നു. അപ്പോൾ അതൊരു വിശ്വാസമല്ല- ഒരു വെളിപ്പെടലാകുന്നു.

പ്രദോഷമനനം

ഒരു അതിർവരമ്പുള്ള എന്തും നിങ്ങളെ തടവറയിലാക്കും. എല്ലാ അതിർവരമ്പുകളെയും അതിവർത്തിക്കേണ്ടതുണ്ട്, മറി കടക്കേണ്ടതുണ്ട്. നിങ്ങളുടെ സത്തയിൽ യാതൊരു അതിർവരമ്പും ഇല്ലാത്ത ഒരു ഘട്ടത്തിൽ നിങ്ങളെത്തിക്കഴിയുമ്പോൾ, ഒരു നിർവ്വചനവും ഇല്ലാത്ത ഒരവസ്ഥയിലെത്തി ക്കഴിയുമ്പോൾ, ശരീരത്തിന്റെയും മനസ്സിന്റെയും എല്ലാ അതിരുകളെയും അതിവർത്തിച്ചു കഴിയുമ്പോൾ, അപ്പോൾ നിങ്ങൾ ഒരു സാമുദ്രിക ലോകത്തിലേക്ക് പ്രവേശിക്കുന്നു.

അതുകൊണ്ട് അള്ളിപ്പിടിക്കേണ്ട ഒരാവശ്യവുമില്ല, ഒന്നിനോടും സംഗപ്പെടേണ്ട ആവശ്യമില്ല. നിസ്സംഗനായിരിക്കുക. നിങ്ങളുടെ ഒഴുക്കിന് തടസ്സമില്ലാതിരിക്കട്ടെ. ഒരു പുഴപോലെ വർത്തിക്കുക. അത് പല പ്രദേശങ്ങളിലൂടെ കടന്നു പോകുന്നു, പർവ്വതങ്ങളിലൂടെ, മനോഹരമായ പല താഴ്വാരങ്ങളിലൂടെ, വന പ്രദേശങ്ങളിലൂടെ. എങ്കിലും അത് നീങ്ങിക്കൊണ്ടേയിരിക്കുന്നു. മനോഹരമായ പല രംഗങ്ങളിലൂടെയും അത് കടന്നുപോകുന്നു. എന്നാൽ അതെവിടെയും അള്ളിപ്പിടിച്ച് നിൽക്കുന്നില്ല. അത് മുന്നോട്ടുതന്നെ നീങ്ങിക്കൊണ്ടിരിക്കുന്നു - ഒടുവിൽ സമുദ്രത്തിലെത്തുന്നതുവരെ.

ഒരു പുഴപോലെ വർത്തിക്കുക, ഒഴുകിക്കൊണ്ടേയിരിക്കുക, ഒരിക്കലും ഒന്നിനോടും സംഗപ്പെടാതെ; അല്ലാത്തപക്ഷം നിങ്ങൾ ഒരു കുളമായിത്തീരും. ഒരു കുളത്തിന് ഒരിക്കലും സമുദ്രത്തിലെത്തിച്ചേരാനാവില്ല, ഒരു നദിക്ക് മാത്രമേ അതിന് കഴിയൂ. അതുകൊണ്ട് അറ്റം തുറന്നതായി നിലകൊള്ളുകയും ഒഴുകിക്കൊണ്ടിരിക്കുകയും ചെയ്യുക. അപ്പോൾ സമുദ്രം ഏറെ അകലയല്ല. എത്ര അകലെയായിരുന്നാലും അത് നിങ്ങളിൽ നിന്നും അകലെയല്ല.

പ്രഭാതമനനം

പ്രാർത്ഥന തികച്ചും വൈയക്തികമായ ഒന്നായിരിക്കണം. അത് നൈസർഗ്ഗികമായിരിക്കേണ്ടതുണ്ട്. അത് അഭ്യസിക്കപ്പെടേണ്ടതല്ല. അഭ്യസിച്ചു പഠിക്കുന്ന പ്രാർത്ഥന കപടമായ പ്രാർത്ഥനയാണ്. അപ്പോൾ നിങ്ങൾ ചെയ്യുന്നത് തത്തയെപ്പോലെ ആവർത്തിക്കലാണ്. അത് അർത്ഥമില്ലാത്ത, അസംബന്ധമായ, പൊള്ളയായ വാക്കുകളാണ്. എന്നാൽ പ്രാർത്ഥന നിങ്ങളുടെ ഹൃദയത്തിൽ ഉയർന്ന് വരുമ്പോൾ, നിങ്ങളുടേതായ ചിലത് അതിലുണ്ടായിരിക്കുമ്പോൾ, അപ്പോൾ അതിന് അതിമഹത്തായ സാംഗത്യമുണ്ട്. അപ്പോൾ അത്..... അപ്പോഴത് ഷെയ്ക്സ്പിയർ പറഞ്ഞതുപോലെ നിറയെ ഒച്ചയും ബഹളവും നിറഞ്ഞ്, എന്നാൽ യാതൊരു അർത്ഥസാംഗത്യവുമില്ലാത്ത മണ്ടനാൽ പറയപ്പെട്ട കഥയല്ല, അതിന് അതിഗംഭീരമായ അർത്ഥസാംഗത്യവും സംഗീതവും ഉണ്ടായിരിക്കും.

ഒരുവൻ അസ്തിത്വവുമായി സംവദിക്കുവാൻ പഠിക്കേണ്ടതുണ്ട്. നക്ഷത്രങ്ങളോട് സംസാരിക്കുക, പുഴകളോട് സംസാരിക്കുക. വൃക്ഷങ്ങളോട് സംസാരിക്കുക, പാറകളോട് സംസാരിക്കുക. അതിൽ അന്ധാളിക്കേണ്ടതില്ല- കാരണം ഇങ്ങനെയൊക്കെയാണ് ദൈവം സ്വയം അഭിവ്യഞ്ജിതനായിരിക്കുന്നത്. ഉള്ളതായ എല്ലാം ദൈവത്തിന്റെ ഒരു അഭിവ്യഞ്ജനമാകുന്നു. അഭിവ്യഞ്ജിതനായ ദൈവവുമായി സംവദിക്കുവാൻ തുടങ്ങുക. അപ്പോൾ മാത്രമേ ഒരു ദിനം അനഭിവ്യഞ്ജിതനായ ദൈവവുമായും സംവദിക്കുവാൻ നിങ്ങൾക്ക് സാധ്യമാവുകയുള്ളു. ദൃശ്യ

മായതിൽ നിന്ന് തുടങ്ങുക. അതിനുശേഷം അദൃശ്യത്തിലേക്ക് ഒരു എടുത്തുചാട്ടം നടത്തുവാൻ നിങ്ങൾക്ക് കഴിഞ്ഞേക്കും. മണ്ണിനോട് സംസാരിക്കുക, പുല്ലിനോട് സംസാരിക്കുക.

തുടക്കത്തിൽ അത് മതാത്മകമെന്ന് തോന്നുകയില്ല. എന്നാൽ ഒരു വൃക്ഷത്തോട് കേവലം ഹലോ പറയുന്നതിൽ മനോഹരമായ ചിലതുണ്ട്, ആദ്ധ്യാത്മികമായ ചിലതുണ്ട്. അതിൽ വിശുദ്ധമായ ചിലതുണ്ട്. കാരണം നിങ്ങൾ ആ വൃക്ഷത്തിന്റെ ആത്മാവിനെ അംഗീകരിക്കുകയാണ്. ആ വൃക്ഷത്തിന്റെ സാന്നിധ്യം നിങ്ങൾ തിരിച്ചറിയുന്നു. നിങ്ങളതിനെ അവഗണിക്കുന്നില്ല. ഒരു വ്യക്തിക്ക് ഈ ഒരൊറ്റ കാര്യം പഠിക്കുവാൻ കഴിയുകയാണെങ്കിൽ : ദൈവത്തെ അവന്റെ എല്ലാ അഭിവ്യഞ്ജനങ്ങളിലും അവഗണിക്കാതെ, അംഗീകരിക്കുവാൻ പഠിക്കുകയാണെങ്കിൽ, അപ്പോൾ അജ്ഞത അപ്രത്യക്ഷമാവുകയും വിവേകം ഉദിക്കുകയും ചെയ്യുന്നു. അത് നിങ്ങളുടെ ആന്തരികമായ അകക്കാമ്പിൽ നിന്ന് ഉദിച്ചുയർന്നുവരും.

പ്രദോഷമനനം

ഇവിടെ എന്റെ പരിശ്രമമത്രയും നിങ്ങളെ നിങ്ങളായിരിക്കുന്ന അതേ വിധത്തിൽ സ്വയം അംഗീകരിച്ചുകൊണ്ടും നിങ്ങളുടെ ആധികാരികമായ ആത്മാവിനെ ആരാഞ്ഞുകൊണ്ടും അന്വേഷിച്ചുകൊണ്ടും മുന്നോട്ട് പോകുവാൻ നിങ്ങളെ സഹായിക്കുകയാണ്. നിങ്ങളാകെ ഒട്ടനേകം അർത്ഥമില്ലാത്ത ആശയങ്ങളുടെ ഭാരം ചുമക്കുകയാണ്, അതിനാൽ നിങ്ങൾക്കാഭാരം ഇറക്കേണ്ടി വരും, സ്വയം ശൂന്യമാകേണ്ടി വരും. മറ്റുള്ളവരാൽ നിങ്ങൾക്ക് നൽകപ്പെട്ടിട്ടുള്ള ആ അസംബന്ധങ്ങളെല്ലാം ഒഴിവാക്കി സ്വയം ശൂന്യമാകുമ്പോൾ മാത്രമാണ് സ്വന്തം സത്തയുമായുള്ള ആ ആദ്യത്തെ കൂട്ടിയിണക്കൽ, നിങ്ങളുടെ ആ ആദ്യബന്ധം നിങ്ങൾക്ക് സാധ്യമാകുന്നത്.

അത് അതിഗംഭീരമായ ഒരു സ്വാതന്ത്ര്യമാണ്. കാലത്തിൽ നിന്നുള്ള സ്വാതന്ത്ര്യം, മനസ്സിൽ നിന്നുള്ള സ്വാതന്ത്ര്യം, മരണത്തിൽ നിന്നുള്ള സ്വാതന്ത്ര്യം. പൊടുന്നനെ നിങ്ങൾ നിത്യതയുടെ മാനത്തിലേക്ക് പ്രവേശിക്കുന്നു; പൊടുന്നനെ നിങ്ങൾ ദൈവത്തിന് സമകാലീനനാകുന്നു. അതിൽ കുറഞ്ഞതൊന്നും കാംക്ഷിക്കുവാൻ കൊള്ളാവുന്നതല്ല.

പ്രഭാതമനനം

യാത്ര തുടങ്ങുന്നത് പ്രേമത്തിലും അവസാനിക്കുന്നത് പ്രകാശത്തിലുമാണ്, അഥവാ ബോധോദയത്തിൽ. ആ പാലം പ്രാർത്ഥനയുമാകുന്നു. അജ്ഞാനത്തിൽ നിന്നും ജ്ഞാനത്തിലേക്കുള്ള തീർത്ഥയാത്ര യത്രയും പ്രാർത്ഥനയെന്ന തീർത്ഥയാത്രയല്ലാതെ മറ്റൊന്നുമല്ല.

പ്രാർത്ഥനയെന്നാൽ, ''ഞാൻ തീരെ ചെറുതാണ്, പൂർണ്ണത എന്നെ സഹായിക്കുന്നില്ലെങ്കിൽ എന്നിലൂടെ ഒന്നും സാധ്യമല്ല'' എന്നാണ് അർത്ഥം. പ്രാർത്ഥന അഹംബോധത്തിന്റെ സമ്പൂർണ്ണതക്ക് മുന്നിലുള്ള സമർപ്പണമാകുന്നു; ആ സമർപ്പണം നൈരാശ്യത്തിലുള്ളതല്ല. മറിച്ച് അഗാധമായ ധാരണയിലുള്ളതാണ്. ഒരു കൊച്ചുതിരയ്ക്ക് എങ്ങനെ സമുദ്രത്തിനെതിരെ നീങ്ങുവാൻ കഴിയും? ആ ശ്രമം തന്നെ അർത്ഥരഹിതമാണ്. എന്നാൽ അതു തന്നെയാണ് മനുഷ്യരാശിയാകെ ചെയ്തുകൊണ്ടിരിക്കുന്നത്. അവബോധത്തിന്റെ ആ മഹാസമുദ്രത്തിൽ നമ്മളെല്ലാം കൊച്ചു തിരമാലകൾ മാത്രം. ആ അവബോധ സമുദ്രത്തെ ദൈവമെന്ന് വിളിച്ചോളു, സത്യം എന്നോ, ബോധപ്രാപ്തി എന്നോ, നിർവ്വാണമെന്നോ, താവോയെന്നോ, ധർമ്മമെന്നോ വിളിച്ചോളു- അവയെല്ലാം അർത്ഥമാക്കുന്നത് ഒന്നുതന്നെ; അതായത് നമ്മളെല്ലാം അനന്തമായ ഒരു സമുദ്രത്തിന്റെ ഭാഗമകുന്നു. എന്നാൽ നമ്മളെല്ലാവരും വളരെ ചെറിയ തിരകളാണ്. നമുക്ക് നമ്മുടേതായ ഇച്ഛകളോ നമ്മുടേതായ നിയോഗങ്ങളോ വെച്ചുപുലർത്താനാവില്ല. നമ്മുടേതായ ഇച്ഛ വെച്ചുപുലർത്താനും നമ്മുടെ സ്വന്തം

കാമനകളിലൂടെ ചിലത് നേടുവാനുമുള്ള ആ മോഹം തന്നെയാണ് ദുഃഖങ്ങളുടെയെല്ലാം മൂലകാരണം.

മാനുഷികമായ ഇച്ഛയുടെ നിഷ്ഫലതയെ മനസ്സിലാക്കിക്കൊണ്ട് ഒരുവൻ ദൈവികേച്ഛയ്ക്ക് മുന്നിൽ സമർപ്പണം ചെയ്യുക എന്നതാണ് പ്രാർത്ഥനയുടെ അർത്ഥം. അയാൾ പറയുന്നു, ''നിന്റെ ഇച്ഛ നടക്കേണമേ, നിന്റെ രാജ്യം വരേണമേ.''

അസ്തിത്വത്തോടുള്ള മഹത്തായ പ്രേമമുണ്ടാകുമ്പോൾ മാത്രമാണ് അത് സാധ്യമാകുന്നത്. അതിനാലാണ് ഞാൻ പറയുന്നത്, യാത്ര തുടങ്ങുന്നത് പ്രേമത്തിലും അവസാനിക്കുന്നത് ബോധപ്രാപ്തിയിലുമാണ് എന്ന്. ആ യാത്രാമധ്യത്തിൽ പ്രാർത്ഥന മാത്രമേയുള്ളു, അഗാധമായ ഒരു ലെറ്റ് ഗോ – വിശ്രാന്തി.

പ്രദോഷമനനം

ഹൃദയത്തിന്റെ അഗാധതയിൽ, അങ്ങേയറ്റം അമൂല്യമായ ഒരു പാരിതോഷികമാണ് ഈ ജീവിതം. ഓരോ നിമിഷവും വിലയേറിയതാണ്, അത് പാഴാക്കപ്പെടരുതെന്ന് മനസ്സിലാക്കിയിരിക്കേണ്ടതുണ്ട്. വളരുവാനുള്ള മഹത്തായ ഒരവസരമാണിത്. കടൽത്തീരത്തുനിന്ന് നിറംപിടിപ്പിച്ച കല്ലുകളും കക്കകളും ശേഖരിച്ചുകൊണ്ട് ഒരുവൻ കാലക്ഷേപം ചെയ്യുവാൻ പാടില്ല. കുറേക്കൂടി പ്രാധാന്യമുള്ള, കുറേക്കൂടി സംഗതമായ ചില കാര്യങ്ങൾ ചെയ്യേണ്ടതുണ്ട്. ഉള്ളിലേക്ക് നോക്കേണ്ടതുണ്ട്. കേവലം ബാഹ്യമായ കാര്യങ്ങളിൽ മാത്രം തല്പരനായിക്കൊണ്ട് നിലകൊള്ളരുത്. എന്നാൽ അങ്ങനെയാണ് ആളുകൾ അവരുടെ ജീവിതം പാഴാക്കി കളയുന്നത്. ഒരുവൻ തന്റെ ആന്തരികതയിൽ അന്വേഷണം തുടങ്ങേണ്ടതുണ്ട്, തന്റെ അവബോധത്തിലേക്ക് കൂടുതൽ കൂടുതൽ ആഴത്തിലേക്കിറങ്ങിക്കൊണ്ട് ഒരുവൻ തന്റെ കേന്ദ്രത്തെ അനുഭവിച്ചറിയേണ്ടതുണ്ട്. നിങ്ങളുടെ കേന്ദ്രത്തെ അനുഭവിച്ചറിയുവാൻ കഴിയുന്ന നിമിഷത്തിൽ നിങ്ങൾക്ക് എല്ലാ ചോദ്യങ്ങൾക്കും ഉത്തരം ലഭിക്കും, എല്ലാ ഊരാക്കുടുക്കുകളും അപ്രത്യക്ഷമാകുന്നു. മേലിൽ ഒരു ആശയക്കുഴപ്പവും ഉണ്ടാകുന്നില്ല. എല്ലാം ഒരു വ്യക്തതയാകുന്നു, സുതാര്യമായ ഒരു വ്യക്തത. നിങ്ങൾക്ക് അങ്ങോളമിങ്ങോളം കാണുവാൻ കഴിയുന്നു. ഈ പ്രപഞ്ചം നമുക്ക് എന്തുമാത്രം ദാനം ചെയ്തിരിക്കുന്നു, എന്നിട്ടും നാം പ്രപഞ്ചത്തോട് എത്രമാത്രം നന്ദികെട്ടവനായിരിക്കുന്നു എന്ന് അപ്പോഴാണ് ഒരുവൻ മനസ്സിലാക്കുന്നത്.

ഒരു മതാത്മക ജീവിതത്തിന് അടിസ്ഥാനപരമായി ആവശ്യമായിട്ടുള്ളതാണ് കൃതജ്ഞത. കൃതജ്ഞതയിൽ നിന്നാണ് പ്രാർത്ഥന ഉയർന്നുവരുന്നത്, കൃതജ്ഞതയിൽ നിന്നാണ് പ്രേമം ഉയർന്നുവരുന്നത്,

കൃതജ്ഞതയിൽ നിന്ന് തന്നെയാണ് ദൈവകൃപയും ഉയർന്നുവരുന്നത്. ഒരു മനുഷ്യൻ ജീവിതത്തിന്റെ മൂല്യം, അതിമഹത്തായ മൂല്യം, അസ്തിത്വത്തിന്റെ വിലമതിക്കാനാവാത്ത മൂല്യം അനുഭവിച്ചറിയുമ്പോൾ മാത്രമേ ഒരുവന് കൃതജ്ഞതാഭാവം ഉണ്ടാവുക യുള്ളൂ.

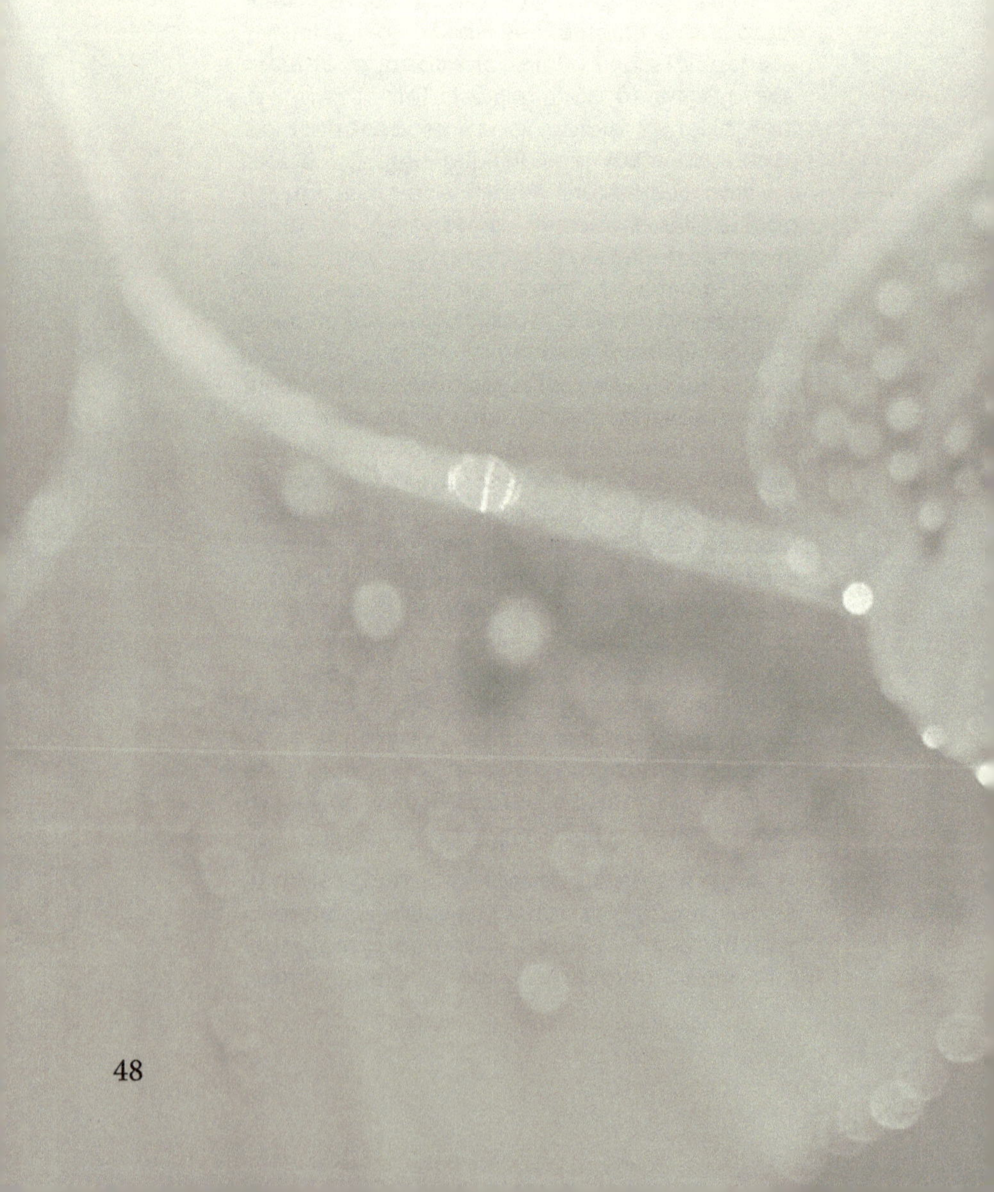

9

പ്രഭാതമനനം

ഇതായിരിക്കട്ടെ നിങ്ങൾക്ക് നിങ്ങളുടെമേൽ ചെയ്യുവാനുള്ള പ്രവർത്തനം: കൂടുതൽ കൂടുതൽ കൃതജ്ഞത അനുഭവിച്ചറിയുക. കൃതജ്ഞതയാണ് പ്രാർത്ഥനയുടെ സാരം, കൃതജ്ഞത സാധ്യമാകുന്നത് എല്ലാം ഒരു വരദാനമാണെന്ന്, ഓരോ ശ്വാസോച്ഛ്വാസവും ഓരോ വരദാനമാണെന്ന് നിങ്ങൾ അറിയുമ്പോൾ മാത്രമാണ്. അതും എന്തൊരു വരദാനം! അത് വിലകൊടുത്ത് വാങ്ങുവാൻ യാതൊരു മാർഗ്ഗവുമില്ല, അത്രമാത്രം അമൂല്യമാണത്; അതിന് വില മതിക്കാനാവില്ല.

ജീവിതം നിങ്ങൾക്ക് വിലകൊടുത്ത് വാങ്ങാനാവില്ല; പ്രേമം നിങ്ങൾക്ക് വിലകൊടുത്ത് വാങ്ങാനാവില്ല. സൗന്ദര്യബോധമോ ക്രിയാത്മകതയോ ധൈഷണികതയോ നിങ്ങൾക്ക് വിലകൊടുത്ത് വാങ്ങാനാവില്ല– എന്നാൽ അതെല്ലാം നിങ്ങൾക്ക് നൽകപ്പെട്ടിരിക്കുന്നു. നിങ്ങളതാവശ്യപ്പെടുന്നതിന് മുമ്പു തന്നെ അവയെല്ലാം നിങ്ങൾക്ക് ലഭ്യമായിരിക്കുന്നു. സ്വന്തം ഉള്ളിലേക്ക് കേവലം ചെറിയൊരന്വേഷണം മാത്രം, അപ്പോൾ അവിടെ നിധികൾക്കുമേൽ നിധികൾ കാണുവാൻ കഴിയും.

9

പ്രദോഷമനനം

ദൈവം അതിരില്ലാത്തതാകുന്നു. അനന്തമാകുന്നു, അതിവിശാലമാകുന്നു. ദൈവം സാമുദ്രികവും നാം മഞ്ഞുതുള്ളിക്കു സമാനവുമാണ്. ആ സമുദ്രത്തിലേക്ക് സ്വയം അപ്രത്യക്ഷമാകുന്ന കല നാം പഠിച്ചെടുക്കേണ്ടതുണ്ട്. അതിന് തന്റേടം ആവശ്യമാണ്, കാരണം സമുദ്രത്തിലേക്ക് അപ്രത്യക്ഷമാവുക എന്നാൽ ഒരു മഞ്ഞുതുള്ളി എന്ന നിലയിൽ സ്വയം മരിക്കുക എന്നർത്ഥമാകുന്നു. മഞ്ഞുതുള്ളി എന്ന നിലയ്ക്ക് മരിച്ചുവീഴുന്നില്ലെങ്കിൽ ഒരുവന് സമുദ്രമായി ജനിക്കുവാനാവില്ല. ഒരു വിത്ത് വിത്തെന്ന നിലയിൽ മരിച്ചുവീഴുമ്പോൾ ഒരു മഹാവൃക്ഷം ജനിക്കുന്നു. ആ വിത്ത് അപ്രത്യക്ഷമാകുന്നു: അതിന്റെ അപ്രത്യക്ഷമാകലിലൂടെ മാത്രമാണ് വൃക്ഷം പ്രത്യക്ഷമാകുന്നത്.

പ്രഭാതമനനം

പ്രാർത്ഥന കേവലം വാചികമായിരിക്കുവാൻ പാടില്ല. വാചികമായ പ്രാർത്ഥന കപടമായൊരു പ്രതിഭാസമാണ്. അത് പ്രാർത്ഥനയാണെന്ന് നടിക്കുന്നു. എങ്കിലും പ്ലാസ്റ്റിക്കാണത്. അത് യഥാർത്ഥ പുഷ്പമല്ല. യഥാർത്ഥ പ്രാർത്ഥനയ്ക്ക് വാചികഭാഷയുമായി യാതൊരു ബന്ധവുമില്ല. കാരണം ഒരു ഭാഷയും ദൈവം മനസ്സിലാക്കുന്നില്ല. ഈ ഭൂമുഖത്ത് മൂവായിരം ഭാഷകളുണ്ട്; ശാസ്ത്രജ്ഞന്മാർ പറയുന്നതാകട്ടെ ഈ അസ്തിത്വത്തിൽ ജീവൻ നിലനിൽക്കുന്ന അൻപതിനായിരം ഭൂമികളുണ്ട് എന്നാണ്. ദൈവത്തിന് ഭ്രാന്ത് പിടിക്കുമെന്ന കാര്യം നിങ്ങൾക്ക് ചിന്തിക്കാവുന്നതേയുള്ളു, അത്രയധികം ഭാഷകൾ അവന് പഠിക്കേണ്ടി വരും. ദൈവത്തിന് ഒരു ഭാഷ മാത്രമേ മനസ്സിലാവുകയുള്ളു: ആ ഭാഷയുടെ പേര് 'സൈലൻസ്' എന്നാണ്- നിശ്ശബ്ദത. അത് ഇംഗ്ലീഷോ ഫ്രഞ്ചോ ജർമ്മനോ ഒന്നുമല്ലതാനും.

പ്രാർത്ഥനയിലേക്ക് വീഴുന്ന ഒരുവൻ ഏതെങ്കിലും ദേശീയതയുടേയോ ഭാഷാഗ്രൂപ്പുകളുടേയോ വർഗ്ഗപരമായോ മതപരമായോ ഉള്ള എന്തെങ്കിലും സംഘടനയുടെയോ ഭാഗമല്ല. നിശ്ശബ്ദതയ്ക്ക് യാതൊരു അതിർവരമ്പുകളും അറിയില്ല. അത് അനന്തമാകുന്നു; നിശ്ശബ്ദതയിൽ വർത്തിക്കുക എന്നാൽ, പ്രാർത്ഥനയിൽ വർത്തിക്കലാകുന്നു.

നിശ്ശബ്ദത മനുഷ്യനാൽ നിർമ്മിക്കപ്പെടുന്നതല്ല, അത് ഒരു ദൈവികവരദാനമാകുന്നു. നിങ്ങൾ നിശ്ശബ്ദതയിലായിരിക്കുമ്പോൾ നിങ്ങൾ ദൈവവുമായി സ്വരച്ചേർച്ചയിലാണ്.

10

പ്രദോഷമനനം

ഒരിക്കൽ ജാഗരണം പ്രാപിച്ചു കഴിഞ്ഞാൽ തികച്ചും വ്യത്യസ്തമായ ഒരു രീതിയിൽ നിങ്ങൾ ജീവിതം നയിക്കുവാൻ തുടങ്ങുന്നു. നിങ്ങളുടെ ജീവിതം അതേ പോലെ തന്നെ നിലകൊള്ളുന്നുണ്ടെങ്കിലും നിങ്ങൾ പിന്നീട് തത്തുല്ല്യനല്ല.

നിങ്ങളുടെ സമീപനം വ്യത്യസ്തമാകുന്നു, നിങ്ങളുടെ ശൈലി തന്നെ വ്യത്യസ്തമായിത്തീരുന്നു. നിങ്ങൾ കൂടുതൽ ബോധവാനായി ജീവിക്കുവാൻ തുടങ്ങുന്നു. നിങ്ങൾ ഇരുട്ടിൽ തപ്പിക്കൊണ്ടേയിരിക്കുന്നില്ല. നിങ്ങൾ തലയിലൂടെയല്ലാതെ, ഹൃദയത്തിലൂടെ ജീവിക്കുവാൻ തുടങ്ങുന്നു. നിങ്ങളുടെ ജീവിതം പ്രേമം, അഥവാ കരുണയായിത്തീരുന്നു. അത് ഒരു ഗാനം, ഒരു നൃത്തം, ഒരു ആഘോഷം ആയിത്തീരുന്നു. തീർച്ചയായും നിങ്ങളുമായി ബന്ധപ്പെടുവാൻ ഇടയാകുന്ന ഏതൊരാളിലേക്കും അത് പടർന്ന് പിടിക്കുകയും ചെയ്യുന്നു. അത് പടരുന്നതാണ്, അഗ്നിപോലെ, കാട്ടുതീ പോലെ പടർന്നു പിടിക്കുന്നത്. അത് അങ്ങനെ വ്യാപിച്ചുകൊണ്ടേയിരിക്കുന്നു.

പ്രഭാതമനനം

പ്രാർത്ഥന സർവ്വയിടത്തുമുണ്ട്. നക്ഷത്രങ്ങൾ പ്രാർത്ഥനാനിരതരാണ്, വൃക്ഷങ്ങൾ പ്രാർത്ഥനാനിരതരാണ്, സമുദ്രങ്ങൾ പ്രാർത്ഥനാനിരതരാണ്. മനുഷ്യനൊഴികെ, ഈ അസ്തിത്വമാകെ സദാ ഒരു പ്രാർത്ഥനാവസ്ഥയിലാണ്. മനുഷ്യന് മാത്രമേ ബോധപൂർവ്വം അതിലേക്ക് നീങ്ങേണ്ടി വരുന്നുള്ളു- അതിനൊരു പ്രത്യേക കാരണമുണ്ട്: മനുഷ്യൻ മാത്രമാണ് ബോധാത്മകനായ ജന്തു. അതിനാൽ മനുഷ്യന് ഒരു തെരഞ്ഞെടുപ്പുണ്ട്: അവന് അസ്തിത്വത്തിന്റെ സ്വാഭാവികമായ ഒഴുക്കിൽ നിന്ന് ഒഴിഞ്ഞുമാറുവാൻ കഴിയും. അല്ലെങ്കിൽ അവന് അതിന്റെ ഭാഗമായിത്തീരുവാനും കഴിയും. മറ്റൊരു ജന്തുവിനും ആ സ്വാതന്ത്ര്യമില്ല. പക്ഷികൾ പ്രഭാതത്തിൽ പാടുന്നത് അവയുടെ സ്വന്തം തെരഞ്ഞെടുപ്പല്ല. അവ കേവലം ഉൾപ്രേരണയാൽ പാടുകയാണ്. വൃക്ഷങ്ങൾ പ്രാർത്ഥനാനിരതരാണ്. പർവ്വതങ്ങളും പ്രാർത്ഥനാനിരതരാണ്. എന്നാൽ ആ പ്രാർത്ഥന കേവലം ഒരു നൈസർഗ്ഗികപ്രതിഭാസമാണ്.

മനുഷ്യന്റെ അന്തസ്സാണ് അവനത് തെരഞ്ഞെടുക്കുവാൻ കഴിയും എന്നുള്ളത്- എന്നാൽ അത് അവന്റെ പതനമാകുവാനും സാധ്യതയുണ്ട്. കാരണം അവന് പ്രാർത്ഥനാനിരതനാകാതിരിക്കലും തെരഞ്ഞെടുക്കാം. മനുഷ്യൻ എപ്പോഴും ആ നാല്ക്കവലയിലാണ്: ഓരോ ചുവടിലും ഒരു തെരഞ്ഞെടുപ്പുണ്ട്. ഓരോ ചുവടിലും നിങ്ങൾക്ക് ശരിയും തെറ്റും തെരഞ്ഞെടുക്കാം. സന്തോഷവും സന്താപവും നിങ്ങളെ നേരിട്ടുനിൽക്കുമ്പോൾ, എപ്പോഴും സന്തോ

ഷം തെരഞ്ഞെടുക്കുക. ഗൗരവവും വിനോദഭാവവും നിങ്ങളെ നേരിട്ടുനിൽക്കുമ്പോൾ, എല്ലായ്പ്പോഴും വിനോദഭാവം തെരഞ്ഞെടുക്കുക. കൂടാതെ ഓർത്തു കൊള്ളുക: നമ്മളെന്താണോ തെരഞ്ഞെടുക്കുന്നത് അതാണ് നമ്മളായിത്തീരുന്നത്. അത് കേവലം ഒരു തെരഞ്ഞെടുപ്പിന്റെ പ്രശ്നം മാത്രമാണ്.

പ്രദോഷമനനം

ദൈവത്തെ സംബന്ധിച്ച് അന്ധകാരമെന്ന ഒന്നില്ല. പ്രകാശത്തെ സംബന്ധിച്ച് അന്ധകാരമെന്ന ഒന്നില്ല. അന്ധകാരം നിലനിൽക്കുന്നത് പ്രകാശത്തിന്റെ അഭാവത്തിലാണ്; അതിനാൽ അവ ഒരിക്കലും നേരിൽ കണ്ടുമുട്ടുന്നില്ല. ഇരുട്ട് നിലവിലുണ്ടെന്ന് വെളിച്ചം അറിയുന്നതേയില്ല. വെളിച്ചത്തിന് അത് എങ്ങനെ അറിയാൻ കഴിയും? വെളിച്ചം സന്നിഹിതമായിരിക്കുമ്പോൾ ഇരുട്ടില്ല. ഇരുട്ട് എന്നത് ഒരു അസാന്നിധ്യം മാത്രമാണ്. ദൈവത്തിന് യാതൊരു ഇരുട്ടും അറിയില്ല. നമുക്കാണെങ്കിൽ ഇരുട്ട് മാത്രമേ അറിയൂ- അങ്ങനെയാണ് നമ്മളും ദൈവവും തമ്മിലുള്ള പാലം മുറിഞ്ഞുപോയിരിക്കുന്നത്.

ഇരുട്ട് അപ്രത്യക്ഷമാവുകയും വെളിച്ചം മാത്രം അവശേഷിക്കുകയും ചെയ്യുന്ന ഒരു സ്ഥിതിയിലേക്ക് നമ്മളും എത്തിച്ചേരേണ്ടതായുണ്ട്. നിങ്ങളെ സംബന്ധിച്ച് ഇരുട്ട് അപ്രത്യക്ഷമാകുന്ന ആ ദിനം ഒരു മഹോത്സവത്തിന്റെ ദിനമാകുന്നു. അത് മഹത്തായ അനുഗ്രഹത്തിന്റെ ദിനമാകുന്നു. അത് സാധ്യമായിത്തീരുന്നത് നിങ്ങൾ പ്രകാശമാകുന്നു എന്ന് നിങ്ങൾ തിരിച്ചറിയുമ്പോൾ മാത്രമാണ്.

12

പ്രഭാതമനനം

ജീവിതത്തിൽ മഹത്തായ കാര്യങ്ങളൊന്നുമില്ല; കൊച്ചുകാര്യങ്ങളാണ് ജീവിതത്തിലുള്ളത്. എന്നാൽ ആ കൊച്ചുകാര്യങ്ങളിൽ ആഹ്ലാദം കൊള്ളുന്നത് എങ്ങനെയെന്ന് നിങ്ങൾക്കറിയാമെങ്കിൽ, നിങ്ങൾ അവയെ മഹത്തായ കാര്യങ്ങളാക്കി മാറ്റുന്നു. ഒരു ബുദ്ധന്റെ കൈകളിൽ സാധാരണജലം പോലും വീഞ്ഞായിത്തീരുന്നു. യേശു ചെയ്തതായി പറയപ്പെടുന്ന ആ അത്ഭുതകൃത്യത്തിന്റെ- അദ്ദേഹം വെള്ളത്തെ വീഞ്ഞാക്കി മാറ്റി- കൃത്യമായ അർത്ഥം അതാണ്. അത് അക്ഷരാർത്ഥത്തിൽ സത്യമാണെന്ന് കരുതുന്നത് വിഡ്ഢികൾ മാത്രമാണ്. എന്നാൽ പ്രതീകാത്മകമായി അത് സത്യമാണ്.

യേശുവിന്റെ കൈകളിൽ വെള്ളം വീഞ്ഞാകുന്നു. കേവലം ശുദ്ധമായ ജലത്താൽ നിങ്ങൾക്ക് ഉന്മത്തനാകാൻ കഴിയുന്നു. നിങ്ങളത് എങ്ങനെ കുടിക്കുന്നു എന്നതിനെ ആശ്രയിച്ചിരിക്കും അത്. അത് ആ പാനീയത്തെ ആശ്രയിച്ചിരിക്കുന്നില്ല, പാനം ചെയ്യുന്നവനെ ആശ്രയിച്ചിരിക്കുന്നു. ഞാനിത് പറയുന്നത് എന്റെ സ്വന്തം അനുഭവത്തിൽ നിന്നുതന്നെയാണ്. ഞാൻ സോഡായും വിസ്കിയും ചേർക്കുന്നില്ല. സോഡായിൽ സോഡാ തന്നെയാണ് ചേർക്കുന്നത്- അത് ഫലിക്കുകയും ചെയ്യുന്നു.

12

പ്രദോഷമനനം

ആനന്ദവാനായിത്തീരുക. സ്വയം പ്രകാശിക്കുന്നവനായിത്തീരുക. ആ അഗ്നിനാളം അവിടെത്തന്നെയുണ്ട്. നിങ്ങൾ ഒന്നും ചെയ്യേണ്ടതില്ല, കേവലം അത് കണ്ടെത്തുകയേ വേണ്ടൂ. അത് നിങ്ങളുടെ ഉള്ളിൽ തന്നെയുണ്ട്. അതിനാൽ മറ്റെവിടെയും പോകേണ്ടതില്ല. കേവലം നിശ്ശബ്ദനായി വർത്തിക്കുക, നിശ്ചലനായി ഉള്ളിലേക്ക് നോക്കിക്കൊണ്ട്, അന്വേഷണ നിരതനായി. നിങ്ങൾക്ക് ചിന്തകളുടെയും കാമനകളുടെയും വമ്പിച്ച ഒരു ജനക്കൂട്ടത്തെ കടന്നുപോകേണ്ടി വരും. എന്നാൽ പുറമേനിന്ന് കാണുന്നതുപോലെ അത്രമാത്രം വലുതല്ല അത്. അതെ, നിങ്ങൾക്ക് ഒരല്പ്പം ഉന്തുകയും തള്ളുകയും ചെയ്തുകൊണ്ട്, ഒരല്പ്പം ബലം പ്രയോഗിച്ചുകൊണ്ട് വേണ്ടി വരും – സ്വയം ഉള്ളിലോട്ട് നീങ്ങാൻ. പക്ഷെ അതൊരു സുന്ദരമായ വിനോദമാണ്, തമാശയാണ്! ധ്യാനിക്കൽ രസകരമായ ഒരു വിനോദമാണ്. ഒരിക്കൽ ആ ആൾക്കൂട്ടത്തെ മുറിച്ചുകടന്നുകൊണ്ട് നിങ്ങളുടെ ആന്തരികതത്വത്തിന്റെ തുറസ്സിലേക്ക് എത്തിച്ചേരുവാൻ നിങ്ങൾക്ക് കഴിഞ്ഞാൽ, ആ അഗ്നിനാളം നിങ്ങൾക്ക് കാണുവാൻ കഴിയും. അതാണ് നിങ്ങളുടെ യഥാർത്ഥസത്ത. ആ അഗ്നിനാളം അസ്തിത്വത്തിന്റെ മഹാജ്വാലയുടെ ഭാഗമാകുന്നു, പ്രാപഞ്ചികാഗ്നിയുടെ ഭാഗമാകുന്നു.

13

പ്രഭാതമനനം

ലോകത്ത് രണ്ട് തരത്തിൽപ്പെട്ട മതങ്ങളാണുണ്ടായിട്ടുള്ളത്: ധ്യാനത്തിന്റെ മതവും പ്രാർത്ഥനയുടെ മതവും. അവ നിലനിന്നിട്ടുള്ളതാകട്ടെ പരസ്പര വൈരികളായുമാണ്. അവ മനുഷ്യരാശിയെ ആകെത്തന്നെ വിഭാഗീകരിച്ചിരിക്കുന്നു.

ഉദാഹരണമായി, ബുദ്ധമതം ഒരു ധ്യാനമതമാണ്, ക്രിസ്തുമതം ഒരു പ്രാർത്ഥനാമതവും. ഇന്നോളവും അവയ്ക്ക് തമ്മിൽ ഒരു പാലമുണ്ടായിട്ടില്ല. അത് മനുഷ്യരാശിയെ ഒന്നടങ്കം വിഭാഗീകരിച്ചുവെന്നു മാത്രമല്ല, ഓരോ മനുഷ്യനെയും അത് രണ്ടു ഭാഗങ്ങളാക്കി ഭാഗിച്ചിരിക്കുന്നു- എന്നാൽ മനുഷ്യന്റെ സമ്പൂർണ്ണത അതിന്റെ സമ്പൂർണ്ണതയിൽ തന്നെ നിറവേറപ്പെടേണ്ടതുണ്ട്. മനുഷ്യന് അവന്റെ സത്തയുടെ ആ രണ്ട് ഘടകങ്ങളുമുണ്ടുതാനും.

ഒരു ഘടകം ധ്യാനത്താൽ നിറവേറപ്പെടുന്നു, മറ്റേ ഘടകം പ്രാർത്ഥനയാലും നിറവേറപ്പെടുന്നു. ഒരുവൻ അവയിലൊന്നിൽ മറ്റേതിനെതിരായി പറ്റിപ്പിടിച്ച് നിൽക്കുകയാണെങ്കിൽ, അപ്പോൾ അവൻ ഒരു പാതി മാത്രമായി നിലകൊള്ളും.

ഇവിടെ എന്റെ പരിശ്രമം അവയ്ക്കിടയിലൊരു പാലം പണിയലാണ്. എന്റെ സന്ന്യാസി ധ്യാനാത്മകനും അതേസമയം പ്രാർത്ഥനാഭരിതനുമായ, രണ്ടും ഒരുമിച്ചായിരിക്കുന്ന ഒരു മനുഷ്യനായിരിക്കണം.

13

പ്രദോഷമനനം

മനുഷ്യൻ ഒരു തുറക്കാത്ത പുസ്തകമാണ്. നമ്മൾ വേദങ്ങളും ബൈബിളുകളും ഖുറാനുകളും വായിച്ചു കൊണ്ടേയിരിക്കുന്നു. എന്നാൽ നാമൊരിക്കലും നമ്മുടെ ആന്തരികസത്തയെ വായിക്കുന്നില്ല. എന്നാൽ വേദങ്ങളിലും ബൈബിളുകളിലും ഖുറാനുകളിലും ഉള്ളടങ്ങിയിട്ടുള്ളതെല്ലാം തന്നെ നിങ്ങളുടെ ഉള്ളിൽ ഉൾക്കൊള്ളുന്നുണ്ട്; അത് നിങ്ങളുടെ ഉള്ളിൽ സമ്പൂർണ്ണസംശുദ്ധിയിലാണ് ഉള്ളടങ്ങിയിട്ടുള്ളതും. വേദങ്ങൾ മലിനീകൃതമായിരിക്കുന്നു; ബൈബിളുകളും ഖുറാനുകളും മലിനീകൃതമായിരിക്കുന്നു. കാര്യങ്ങളുടെ പ്രകൃതം അങ്ങനെയാണ്. ഒരു സത്യം നിങ്ങൾ സംസാരിച്ചുകഴിയുമ്പോഴേക്കും അത് നുണയായിത്തീരുന്നു. ഉച്ചരിക്കുക, നിങ്ങളതിനെ കപടമാക്കി കഴിഞ്ഞു. അത് സത്യമായിരിക്കുന്നത് നിങ്ങൾക്കുള്ളിൽ അഗാധമായ നിശ്ശബ്ദതയിൽ ജീവിക്കുമ്പോൾ മാത്രമാണ്. നിങ്ങളുടെ സ്വന്തം സത്തയ്ക്കുള്ളിൽ മാത്രമാണ് ദൈവത്തിന്റെ നിതാന്തനിസ്വനം നിങ്ങൾ ശ്രവിക്കുന്നത്. വെറും ഒരു നിബന്ധനമാത്രം പാലിക്കേണ്ടതുണ്ട്: നിങ്ങൾ നിശ്ശബ്ദനായിത്തീരണം; അത് കേൾക്കുവാൻ സാധിക്കത്തക്കവണ്ണം ശബ്ദമൊന്നുമില്ലാതെ വർത്തിക്കണം. അങ്ങനെ ആ ആന്തരിക പുസ്തകം നിങ്ങൾക്ക് വായിക്കുവാൻ കഴിയും.

14

പ്രഭാതമനനം

പ്രാർത്ഥനയ്ക്ക് മതവുമായി ബന്ധമൊന്നുമില്ല, പ്രാർത്ഥന അടിസ്ഥാനപരമായി കലാകാരന്റെ സമീപനമാണ്. പ്രാർത്ഥന ഒരു സൗന്ദര്യാത്മകപ്രതിഭാസമാണ്, ഒരു മതാത്മകപ്രതിഭാസമല്ല. നിങ്ങൾ അസ്തിത്വത്തിനുനേരെ നന്ദിയും കൃതജ്ഞതയുമുള്ളവനാകുവാൻ തുടങ്ങുമ്പോൾ പതുക്കെപ്പതുക്കെ നിങ്ങൾക്ക് ചുറ്റും ഒരു സാന്നിധ്യം വന്നണയുന്നതു കണ്ട് നിങ്ങളത്ഭുതപ്പെടും, മുമ്പൊരിക്കലും അനുഭവപ്പെട്ടിട്ടില്ലാത്ത ഒരു സാന്നിധ്യം. കൃതജ്ഞതാനിർഭരമായ ഒരു ഹൃദയത്തിന് മാത്രമേ ആ കമ്പനം അനുഭവപ്പെടുകയുള്ളൂ. ആ കമ്പനം ദൈവമാണ്. ദൈവം പിൽക്കാലത്തുമാത്രമേ വന്നെത്തുന്നുള്ളൂ. എന്നാൽ അത് വന്നുചേരുന്നത് ഒരു അനുഭവമായിട്ടാണ് - ഒരിക്കലും ഒരു വിശ്വാസമായിട്ടല്ല, എല്ലായ്പ്പോഴും ഒരു അനുഭവമായി മാത്രം. അപ്പോൾ ദൈവം മോക്ഷമാകുന്നു, അപ്പോൾ ദൈവം നിർവ്വാണമാകുന്നു.

പ്രാർത്ഥനയിലൂടെ തുടങ്ങുക, ഒരിക്കലും ദൈവത്തിലൂടെ തുടങ്ങരുത്. കാരണം ആ ദൈവം കപടമായിരിക്കും. നിങ്ങൾ ഒരു കപടദൈവത്തിൽ വിശ്വസിക്കുകയാണെങ്കിൽ നിങ്ങളുടെ പ്രാർത്ഥന കപടമാണ്. ആദ്യമായി നിങ്ങളുടെ പ്രാർത്ഥനയെ സാധ്യമായത്ര ആഴമുള്ളതാക്കുക, സാധ്യമായത്രയും ഹൃദയസ്പർശിയാക്കുക, അപ്പോൾ ദൈവം സ്വയമേവ വന്നുചേരുന്നു. അതിനാൽ പ്രാർത്ഥനാഭരിതനാകുവാൻ പഠിക്കുക.

പ്രദോഷമനനം

നിങ്ങളുടെ സത്യമായ യാഥാർത്ഥ്യത്തിൽ നിങ്ങൾ ഒരു ദേവനാകുന്നു. ഒരുപക്ഷെ നിങ്ങൾ ഉറങ്ങിപ്പോയിരിക്കാം. താനൊരു യാചകനാണെന്ന് നിങ്ങൾ സ്വപ്നം കാണുന്നുണ്ടായിരിക്കാം. നിങ്ങൾ ഒരു സ്ത്രീയോ പുരുഷനോ ആണെന്ന്, നിങ്ങൾ വെളുത്തവനോ കറുത്തവനോ ആണെന്ന്, നിങ്ങൾ ദരിദ്രനോ സമ്പന്നനോ ആണെന്ന്, നിങ്ങൾ ഇതോ അതോ ആണെന്ന് - അവയെല്ലാം കേവലം സ്വപ്നങ്ങൾ മാത്രമാണ്. മനസ്സ് സ്വപ്നാടനം നിർത്തുമ്പോൾ ഒരു കാര്യം മാത്രം അവശേഷിക്കുന്നു: ''ഞാൻ ദൈവമാകുന്നു'' എന്ന കാര്യം മാത്രം.

ഇതറിയാതെ മരിക്കുകയെന്നുവെച്ചാൽ നിഷ്ഫലമായ രീതിയിൽ ജീവിച്ചിരിക്കലാണ്. ''ഞാൻ ദൈവമാകുന്നു'' എന്നറിയുമ്പോൾ മാത്രമാണ് ഒരുവൻ സഫലീകൃതനാകുന്നത്. അത് വിശ്വസിക്കലിന്റെ പ്രശ്നമല്ല. നൂറ്റാണ്ടുകളായി പുരോഹിതന്മാർ പറഞ്ഞുകൊണ്ടിരിക്കുന്നു, ദൈവരാജ്യം നിങ്ങൾക്കുള്ളിലാണ് എന്ന്- എന്നാൽ അത് ഒരു പ്രയോജനവും ചെയ്യുന്നില്ല. നിങ്ങളത് സ്വയമേവ അനുഭവിച്ചറിയേണ്ടതുണ്ട്.

വിശ്വാസം എളുപ്പമാണ്. നിങ്ങൾ ഒരു ദേവനാണെന്ന് നിങ്ങൾക്ക് വിശ്വസിക്കാൻ തുടങ്ങാം. അത് വെറുമൊരു മതിഭ്രമമായിരിക്കും, വെറുമൊരു ഭ്രാന്ത്. ഇത് അനുഭവിച്ചറിയലിന്റെ പ്രശ്നമാണ്. ''ഞാൻ ദൈവമാകുന്നു'' എന്ന് നിങ്ങൾ വിശ്വസിക്കുമ്പോൾ ആ ''ഞാൻ'' വളരെ പ്രധാനമാണ്, ദൈവം വെറുമൊരു നിഴലും. ''ഞാൻ ദൈവമാകുന്നു'' എന്ന് നിങ്ങൾ അനുഭവിച്ചറിയുമ്പോൾ ആ ''ഞാൻ'' കേവലം ഒരു വാക്ക് മാത്രമാണ്. ഒരു പ്രായോഗിക പദം, ദൈവം മാത്രമാണ് വാസ്തവം. അതാണ് ചിത്ത

ഭ്രമിയും ഋഷിയും തമ്മിലുള്ള വ്യത്യാസം. ചിത്തഭ്രമിക്കും വിളിച്ച് പറയാം, ''ഞാൻ ദൈവമാകുന്നു'' എന്ന്. എന്നാൽ അവൻ പ്രഖ്യാപിക്കുന്നത് കേവലം ''ഞാനാണ്'' എന്നാണ്. ഇതു തന്നെയാണ് ആത്യന്തികമായ അഹംബോധം, ''ഞാൻ ദൈവമാകുന്നു'' എന്ന് പ്രഖ്യാപിക്കൽ. ഋഷിയും പ്രഖ്യാപിക്കുന്നു, ''ഞാൻ ദൈവമാകുന്നു.'' എന്നാൽ അദ്ദേഹം പറയുന്നത് ''ഞാൻ ഇല്ല, അതിനാൽ ദൈവമാണുള്ളത്'' എന്നാണ്.

അതുകൊണ്ട് ഞാൻ പറയുന്നത്, നിങ്ങളത് വിശ്വസിക്കണമെന്നല്ല, ഞാൻ പറയുന്നത്, നിങ്ങളത് അനുഭവത്തിലൂടെ അറിയണം എന്നാണ്. അത് അനുഭവിച്ചറിയാതെ ഈ ജീവിതം വിട്ട് പോകരുത്. നിങ്ങളുടെ യാഥാർത്ഥ്യം അനുഭവിച്ചറിയുവാൻ ലഭിച്ചിരിക്കുന്ന ഒരു അവസരമാണിത്.

15

പ്രഭാതമനനം

പ്രേമം ഒരു പുഷ്പമാകുന്നു, എല്ലാ പുഷ്പങ്ങളിലും വെച്ച് ഏറ്റവും മനോഹരമായ പുഷ്പം. അത് അദൃശ്യമാണ്. കാരണം അത് വളരുന്നത് ഹൃദയത്തിനകത്താണ്. എന്നാൽ അതിന്റെ സൗരഭ്യം പുറത്തുനിന്ന് തന്നെ അറിയുവാൻ കഴിയും. അത് ഹൃദയത്തിൽ വിടരുന്നു, എങ്കിലും അതിന്റെ പരിമളം മറ്റുള്ളവരിലേക്കു കൂടി എത്തിച്ചേരുന്നു. അത് വ്യാപിച്ചുകൊണ്ടേയിരിക്കുന്നു. അതിന്റെ പരിമളം ഈ അസ്തിത്വമാകെ നിറയ്ക്കുവാൻ മാത്രം പോരുന്നതാണ്. സ്വന്തം ഹൃദയം ഒരു പ്രേമപുഷ്പമായിത്തീർന്നുകഴിഞ്ഞ, യേശുവിനെയോ ബുദ്ധനെയോ പോലുള്ള ഒരു മനുഷ്യൻ ഉണ്ടാകുമ്പോഴൊക്കെയും ഈ അസ്തിത്വമാകെ അനുഗൃഹീതമായിത്തീരുന്നു.

പ്രദോഷമനനം

ഒരുവൻ തന്റെ ദൈവികത്വം തിരിച്ചറിയാത്തിടത്തോളം അവൻ യാതൊന്നും നേടുന്നില്ല, ജീവിതം ഒരു പരാജയമായിരിക്കുന്നു. അവന് അത് സാക്ഷാത്കരിക്കുവാൻ കഴിയും, അത് ഓരോ മനുഷ്യന്റെയും ജന്മാവകാശമാണ്. എന്നാൽ അവനത് അവകാശപ്പെടേണ്ടതുണ്ട്, അവൻ അതിനുവേണ്ടി പരിശ്രമിക്കേണ്ടതുണ്ട്. അവൻ അക്കാര്യത്തിൽ ക്രിയാത്മകനായിരിക്കേണ്ടതുണ്ട്. മാനവികതയ്ക്കപ്പുറം വളരുവാൻ, മാനവികതയെ മറികടക്കുവാൻ, ദൈവികതയായിത്തീരുവാൻ ലഭ്യമായിട്ടുള്ള ഓരോ സാധ്യതയും ഉപയോഗിക്കേണ്ടതുണ്ട്:. കാരണം അതാണ് നമ്മുടെ യാഥാർത്ഥ്യം.

പ്രഭാതമനനം

ധ്യാനം എന്നാൽ ചിന്താരഹിതമായ അവബോധത്തിന്റെ ഒരവസ്ഥയെന്നർത്ഥം. അത് ഒരു തരത്തിൽ നിഷേധാത്മകമാണ്. അത് ചിന്തകളെ നിരാകരിച്ചുകൊണ്ട് നിങ്ങളുടെയുള്ളിൽ ഒരു നിശ്ശബ്ദാവസ്ഥ സൃഷ്ടിക്കുന്നു. അത് മനോഹരമാണ്, ആ നിശ്ശബ്ദത. എന്നാൽ അതിന് ചിലതിന്റെ അഭാവമുണ്ട്. അതിന് സംഗീതമില്ല, അതിനകത്ത് കവിതയില്ല, അതിൽ യാതൊരു നൃത്തവുമില്ല. അത് ഒരുതരം മൃതമായ നിശ്ശബ്ദതയാണ്. അതിൽ നിന്ന് ഒരു ഗാനവും ഉയർന്നുവരുന്നില്ല.

പ്രാർത്ഥനയെന്നാൽ ഹൃദയം പ്രേമനിർഭരമായിരിക്കുന്നു എന്നർത്ഥം. അത് ധനാത്മകമായ ഒരു സമീപനമാണ്. പ്രാർത്ഥനയ്ക്ക് നൃത്തം ചെയ്യാൻ കഴിയും, ഗാനമാലപിക്കുവാൻ കഴിയും, പ്രാർത്ഥന ഒരു ആഘോഷമാകാം. എന്നാൽ ധ്യാനത്തെക്കൂടാതെയുള്ള ആ ആഘോഷമെല്ലാം വെറും ഉപരിപ്ലവമായി, ബഹളമയമായി നിലകൊള്ളും. അതെ, അതിൽ മഹത്തായ ഒരു സജീവതയുണ്ട്. എങ്കിലും ആ സജീവത ബാലിശമാണ്, പക്വതയുള്ളതല്ല.

പക്വത വന്നുചേരുന്നത് ധ്യാനത്തിലൂടെയാണ്, ആഹ്ലാദം വന്നുചേരുന്നത് പ്രാർത്ഥനയിലൂടെയും. കേന്ദ്രീകരണം ഉണ്ടാകുന്നത് ധ്യാനത്തിലൂടെയാണ്, നർത്തനം വന്നുചേരുന്നത് പ്രാർത്ഥനയിലൂടെയും. ഒരു മനുഷ്യൻ കേന്ദ്രീകൃതനായി വർത്തിക്കുകയും അതേസമയം നർത്തനാത്മകനായിരിക്കുകയും ചെയ്യുമ്പോൾ, അയാൾ വാസ്തവത്തിൽ അനുഗൃഹീതനാണ്. അയാൾ തന്റെ നൃത്തമാകുന്ന ചുഴലിയുടെ

കേന്ദ്രത്തിലാണ്. ഒരു സന്ന്യാസിയെക്കുറിച്ചുള്ള എന്റെ വീക്ഷണം അതാണ്– ഒരു യഥാർത്ഥ മതാത്മകവ്യക്തി, സമ്പൂർണ്ണനായ ഒരു വ്യക്തി.

അതുകൊണ്ട് ഓർമ്മയിരിക്കട്ടെ: ധ്യാനാത്മകനായി വർത്തിക്കുക, പ്രാർത്ഥനാനിരതനായും വർത്തിക്കുക. ധ്യാനത്തിലൂടെ ഒരു ശൂന്യസ്ഥലം സൃഷ്ടിക്കുകയും പ്രാർത്ഥനയിലൂടെ അത് നിറയ്ക്കുവാനുള്ള പ്രേമം സൃഷ്ടിക്കുകയും ചെയ്യുക. അങ്ങനെ ആ ശൂന്യത നിറഞ്ഞുകവിയുന്ന ഒരു പ്രേമമായിത്തീരട്ടെ.

പ്രദോഷമനനം

മനുഷ്യൻ പുറംകാഴ്ചയിൽ കാണുന്നതുപോലെ അത്ര ചെറുതല്ല. അവൻ അതിവിശാലമാണ്. അവൻ സാമുദ്രികനാകുന്നു. സമുദ്രത്തിനു പോലും അതിരുകളുണ്ട്, എന്നാൽ മനുഷ്യന് അതിരുകളില്ല. സമുദ്രം പോലും അത്രയും വിശാലമല്ല.

മനുഷ്യന്റെ ഈ വിശാലതയാണ് ദൈവമുണ്ട് എന്നതിനുള്ള തെളിവ്. ദൈവം എന്നത് മനുഷ്യന്റെ വിശാലതയ്ക്കുള്ള മറ്റൊരു പേരാണ്. നാം ഈ ശരീരത്തോട് ബന്ധിതമല്ല, ഈ മനസ്സിനോടും ബന്ധിതമല്ല. നാം അവ രണ്ടിനും അതീതരാണ്.

സന്ന്യാസപ്രക്രിയയാകെത്തന്നെ ഒരു ഉള്ളി ഇതളഴിക്കുന്ന പ്രക്രിയയാകുന്നു. സ്വത്വവൽക്കരണത്തിന്റെ പലപല വിതാനങ്ങളുണ്ട്. ആ വിതാനങ്ങളെല്ലാം നമ്മൾ ഉപേക്ഷിക്കേണ്ടതുണ്ട്- പതുക്കെ, പതുക്കെ, പതുക്കെ. ഒടുവിൽ യാതൊന്നും അവശേഷിക്കുന്നില്ല- ആ ഒന്നുമില്ലായ്മയാണ് നിങ്ങൾ.

ഒന്നുമില്ലായ്മയ്ക്ക് മാത്രമേ വിശാലമാകുവാൻ കഴിയൂ. 'എന്തെങ്കിലും ഒന്ന്' പരിമിതമാകാതെ തരമില്ല. ഒന്നുമില്ലായ്മ മാത്രമാണ് അനന്തമായിരിക്കുന്നത്. അതിനാൽ ദൈവം പരമമായ ഒന്നുമില്ലായ്മയാകുന്നു. ദൈവം ഒരു സത്തയല്ല. മറിച്ച് ആ പരമമായ 'അനത്ത'യാകുന്നു. അവൻ ഒരു ആളല്ല, അവൻ പരിപൂർണ്ണമായ ആരുമല്ലായ്മയാകുന്നു. അവൻ ഒരു സാന്നിധ്യം മാത്രമാണ്. അനന്തമായത്, അതിരുകളില്ലാത്തത്. നമ്മളും അതുപോലെയാണ്. നമ്മൾ ദൈവത്തിൽ നിന്ന് ഭിന്നരല്ല. ആ അനന്തതയുടെ അംശമാണ് നാം.

പ്രഭാതമനനം

ജീവിതത്തിൽ മനോഹരമായ പല കാര്യങ്ങളുമുണ്ട്. എന്നാൽ യാതൊന്നിനെയും ധ്യാനത്തിന്റെ മനോഹാരിതയോട് താരതമ്യപ്പെടുത്താനാവില്ല. ഒട്ടനേകം മനോഹരമായ പുഷ്പങ്ങളും മനോഹരമായ നക്ഷത്രങ്ങളും സൂര്യോദയങ്ങളും സൂര്യാസ്തമയങ്ങളുമുണ്ട്. അതുപോലെ മനോഹരവ്യക്തിത്വങ്ങളായ ആളുകളുമുണ്ട്. എന്നാൽ ധ്യാനമെന്ന പുഷ്പം, ധ്യാനമെന്ന നക്ഷത്രം, ധ്യാനമെന്ന സൂര്യോദയം താരതമ്യാതീതമാണ്. കാരണം അത് നിങ്ങളെ ദൈവലോകത്തേയ്ക്ക് നയിക്കുന്നു. അത് നിങ്ങളെ മനോപ്രക്ഷേപങ്ങൾക്കപ്പുറം കൊണ്ടു പോകുന്നു. എന്താണ് ധ്യാനമെന്ന് ഒരിക്കൽ അറിഞ്ഞുകഴിഞ്ഞാൽ, അതിന്റെ നിശ്ശബ്ദമായ അമൃതം ഒരിക്കൽ രുചിച്ചുകഴിഞ്ഞാൽ, പിന്നെ നിങ്ങൾ എന്തുകണ്ടാലും നിങ്ങളുടെ കാഴ്ചയിലൂടെ അത് പരിവർത്തിക്കപ്പെടുന്നു. അതേ വൃക്ഷങ്ങൾ, അതേ പക്ഷികൾ, അതേ ആളുകൾ പിന്നീട് തത്തുല്യരാകുന്നില്ല. എല്ലാവരും സ്വയം പ്രകാശിക്കുന്നതായി തോന്നുന്നു. അത്രയും സജീവമായി, അത്രയും നിത്യമായ ജീവിതം നിറഞ്ഞിരിക്കുന്നതായി തോന്നുന്നു. ഒരുവൻ ദേവന്മാരാലും ദേവതകളാലും ചുറ്റപ്പെട്ടു നിൽക്കുന്നു.

ഇപ്പോൾ ജീവിതം യഥാർത്ഥത്തിൽ ജീവിക്കാൻ കൊള്ളാവുന്നതായിരിക്കുന്നു. ഇപ്പോൾ ഓരോ നിമിഷവും അത്രയും വലിയ ഒരു ആഹ്ലാദം, അത്രയും മഹത്തായ ഒരു പാരിതോഷികമായിരിക്കുന്നു. ഒരുവൻ സദാ കൃതജ്ഞതാനിർഭരനായിത്തീരുന്നു. ആ കൃതജ്ഞതയാണ് പ്രാർത്ഥന. പ്രാർത്ഥന ധ്യാനത്തിന്റെ പരിമളമാകുന്നു. ഒരുവൻ ഒരിക്കലും ധ്യാനിച്ചിട്ടില്ലെങ്കിൽ അവന് യഥാർത്ഥത്തിൽ പ്രാർത്ഥിക്കുവാൻ കഴിയില്ല.

പ്രദോഷമനനം

മൂല്യവത്തായ എല്ലാറ്റിനും അതിനകത്ത് അകക്കാമ്പായി വൈവിധ്യങ്ങളുടെ ഒരു സമ്മോഹന സമ്മേളനം ഉണ്ട്. ഈ സ്വരൈക്യം കൂടാതെ ദൈവമില്ല. അസ്തിത്വത്തിലെ സ്വരൈക്യം, എന്തോ ഒന്ന് അതിനെ ഒരുമിച്ചു നിർത്തുന്നു എന്നു തെളിയിക്കുന്നു, അദൃശ്യമായ എന്തോ ഒന്ന്. സ്വരൈക്യമില്ലാതെ പ്രേമമില്ല. എന്നാൽ അത് ഒരു അദൃശ്യമായ ചരടാണ്. ആർക്കും അത് കാണാനാവില്ല. എല്ലാവർക്കും അത് അനുഭവിച്ചറിയാൻ കഴിയും.

കാണപ്പെടുന്നത് എല്ലാമല്ല എന്ന വസ്തുതയെക്കുറിച്ച് പ്രേമം ഒരുവനെ ബോധവാനാക്കുന്നു. നിങ്ങൾക്ക് കാണുവാൻ കഴിയുന്നതിനേക്കാൾ കൂടുതലായി ചിലതുണ്ടായിരിക്കാം. യാഥാർത്ഥ്യം കാണലിൽ അവസാനിക്കുന്നില്ല. അനുഭവിച്ചറിയലിന്റെ മറ്റൊരു തലം കൂടിയുണ്ട്. അത് കൂടുതൽ ആഴമുള്ളതും കൂടുതൽ അടിസ്ഥാനപരവുമാണ്. സ്വരൈക്യമില്ലാതെ യാതൊരു സന്തോഷവുമില്ല. നിങ്ങൾ സ്വരൈക്യത്തിലാകുമ്പോൾ സ്വാഭാവികമായി, നൈസർഗ്ഗികമായി നിങ്ങളിൽ നിന്ന് പ്രസന്നത പ്രസരിക്കുന്നു, അത് നിങ്ങളുടെ കമ്പനമായിത്തീരുന്നു. സ്വരൈക്യമുള്ള ഒരു വ്യക്തി പ്രസന്നനും സൗന്ദര്യമുള്ളവനും ആയിരിക്കുക തന്നെ ചെയ്യും. അത് അത്യന്താപേക്ഷിതമാണ്. കാരണം പ്രസന്നതയേക്കാൾ മനോഹരമായി മറ്റൊന്നുമില്ല. സ്വരൈക്യത്തേക്കാൾ സുന്ദരവും ശാലീനവുമായി മറ്റൊന്നുമില്ല.

പ്രഭാതമനനം

സ്തുതി വന്നുചേരുന്നത് അസ്തിത്വം നിങ്ങൾക്ക് എത്രമാത്രം നൽകിയിരിക്കുന്നു എന്ന് മനസ്സിലാക്കുന്നതിലൂടെയാണ്. നിങ്ങൾക്കു ചുറ്റും ചൂഴ്ന്നുനിൽക്കുന്ന സൗന്ദര്യാനുഭവത്തിലൂടെയാണ് അത് വന്നുചേരുന്നത്: നക്ഷത്രങ്ങളും സൂര്യനും ചന്ദ്രനും പൂക്കളും മാരിവില്ലുകളും മുകിൽമാലകളും.... അതുപോലെ മനുഷ്യരും. നിങ്ങളുടെ സ്വന്തം സത്ത തന്നെയും. ഈ മഹാത്ഭുതമാകെത്തന്നെയും, ഈ നിഗൂഢവിസ്മയമായ പ്രപഞ്ചമാകെത്തന്നെയും നിങ്ങൾക്ക് നൽകപ്പെട്ടിരിക്കുന്നു. നിങ്ങളതിന് അർഹതപ്പെട്ടിട്ടല്ല, വെറുമൊരു പാരിതോഷികമായി മാത്രം. എന്നാൽ അതിനായി നിങ്ങൾ ദൈവത്തോട് ഒരു നന്ദിപോലും ഉരിയാടിയിട്ടില്ല.

ഈ അതിമഹത്തായ വരദാനത്തെക്കുറിച്ച് ബോധവാനായിത്തീരുമ്പോൾ നിങ്ങളുടെ ഹൃദയത്തിൽ ഒരു മഹാസ്തുതിഗീതം ഉയർന്നുവരുന്നു. ആ സ്തുതിഗീതം ഒന്നും ആവശ്യപ്പെടുന്നില്ല; വാസ്തവത്തിൽ അത് ഒരു നന്ദിവാചകമാണ്, ഒരു കൃതജ്ഞത. അതാണ് പ്രാർത്ഥന. അപ്പോഴതിന് അതിമഹത്തായ സൗന്ദര്യമുണ്ട്. അത്തരത്തിലുള്ള സ്തുതി മാത്രമാണ് മതാത്മകത, അത്തരം സ്തുതിയാണ് പ്രാർത്ഥന. നിങ്ങൾ ഒരു തരത്തിലും ദൈവത്തെ ഉപയോഗിക്കുവാൻ ശ്രമിക്കുന്നില്ല. അവൻ ഇപ്പോൾ തന്നെ നിങ്ങൾക്കുവേണ്ടി ചെയ്തിട്ടുള്ള എല്ലാറ്റിനുമായി നിങ്ങൾ കേവലം നന്ദി പറയുന്നു. നിങ്ങൾ പറയുന്നത് ഇത് മാത്രമാണ്, ‘‘ഞാനതിന് അർഹതപ്പെടുന്നില്ല. അങ്ങെനിക്ക് അത്രയധികം നൽകിയി

രിക്കുന്നു. എനിക്കത് ഉള്ളിൽ ഒതുക്കി വെയ്ക്കാൻ കഴിയുന്നില്ല. അങ്ങയുടെ പ്രേമം അതിമഹത്താകുന്നു!''

ഈ സ്തുതി ഒരു സുഗന്ധംപോലെ ഹൃദയത്തിൽ ഉയർന്നുവരികയും ആകാശങ്ങളിലേക്ക് ഉയർന്നു പൊങ്ങുവാൻ തുടങ്ങുകയും ചെയ്യുന്നു. ഇതു മാത്രമാണ് ഇന്നേവരെ കേൾക്കപ്പെട്ടിട്ടുള്ള ഒരേയൊരു പ്രാർത്ഥന, മറ്റൊരു പ്രാർത്ഥനയും ദൈവത്തിലെത്തുന്നില്ല.

എന്നാൽ ആ ദിവ്യാത്ഭുതം എന്തെന്നാൽ, അത്തരമൊരു മനുഷ്യനിൽ മാത്രമാണ് കൂടുതൽ കൂടുതൽ അനുഗ്രഹങ്ങൾ വർഷിക്കപ്പെടുന്നത്- അവൻ യാതൊന്നും ചോദിച്ചിട്ടില്ലെങ്കിലും അവന്റെ കൃതജ്ഞത കൂടുതൽ കൂടുതൽ സ്വീകരിക്കപ്പെടുന്നതിനുവേണ്ടി അവനെ പ്രാപ്തനാക്കുന്നു. തുറന്നിരിക്കുന്ന അവന്റെ അവസ്ഥ കൂടുതൽ സൗന്ദര്യം, കൂടുതൽ ആനന്ദം, കൂടുതൽ സംഗീതം ആഗിരണം ചെയ്യുന്നതിന് അവനെ പ്രാപ്തനാക്കുന്നു. അവന്റെ സത്തയാകെ സുന്ദരസൂനങ്ങളാൽ സമ്പന്നമായ ഒരു ഉദ്യാനമായി മാറുന്നു.

പ്രദോഷമനനം

പ്രേമം എന്നത് മഞ്ഞുതുള്ളിയുടെ സമുദ്രവുമായുള്ള വിലയനമല്ലാതെ മറ്റൊന്നുമല്ല. ഒരുവന്റെ അഹംബോധത്തിന്റെ തിരോധാനമാണത്, അത് അസ്തിത്വത്തോടുള്ള സമ്പൂർണ്ണ സമർപ്പണമാണ്, സമ്പൂർണ്ണതയുമായുള്ള സംഗമമാകുന്നു അത്. നിങ്ങളുടെ അതിർവരമ്പുകളും നിങ്ങളുടെ സ്വത്വം തന്നെയും ഉപേക്ഷിക്കൽ. നിങ്ങളെത്തന്നെ ബലികഴിക്കൽ. നിങ്ങൾ സ്വയം ബലികഴിക്കുന്ന നിമിഷം, ഉടനടി നിങ്ങൾ സമുദ്രസമാനമായി, വിശാലമായിത്തീരുന്നു. നമ്മൾ നമ്മുടെ സ്വത്വത്തിൽ അള്ളിപ്പിടിച്ചുകൊണ്ടിരിക്കുന്നു. നമ്മളതിനെ സംരക്ഷിക്കുന്നു, അതിനുവേണ്ടി പൊരുതുന്നു, അതിനുവേണ്ടി മരിക്കുവാൻ പോലും നാം തയ്യാറാണ്. ഇത് കേവലം മണ്ടത്തരം മാത്രമാണുതാനും. എന്തുകൊണ്ടെന്നാൽ, അസ്തിത്വത്തിലെ ഏറ്റവും മിഥ്യയായ സംഗതിയാണ് അഹംബോധം. അത് കേവലം ചൂടുപിടിച്ച വായു മാത്രമാണ്, അതിന് വാസ്തവികമായ ഒരസ്തിത്വമില്ല.

അഹംബോധം ഇരുട്ടിനെപ്പോലെയാണ്. നിങ്ങൾക്ക് ഇരുട്ടിനെ കാണുവാൻ കഴിയും. എന്നും നിങ്ങളത് കാണുന്നുണ്ട്. എന്നാൽ അതിന് തനതായി ഒരസ്തിത്വവുമില്ല. അത് കേവലം വെളിച്ചത്തിന്റെ അസാന്നിധ്യം മാത്രമാണ്– അതിനകത്ത് സ്വയമേവ യാതൊന്നുമില്ല. വെറും വെളിച്ചത്തിന്റെ അഭാവം മാത്രം. വെളിച്ചം അകത്തേയ്ക്ക് കൊണ്ടുവരിക, അപ്പോൾ നിങ്ങൾ ഇരുട്ടിനെ കാണുകയില്ല. ഇരുട്ട് ഒരു വാതിലിലൂടെ പുറത്തേയ്ക്ക് പോകുന്നത് നിങ്ങൾ ഒരിക്കലും കണ്ടിട്ടില്ല. ലൈറ്റ് ഓഫ് ചെയ്യുക, പൊടുന്നനെ അതവിടെ ഉണ്ടാകും. അത് അകത്തേയ്ക്ക് കടന്നുവന്നതല്ല; ജനലുകളും വാതിലുകളും

അടച്ചുനോക്കുക. എന്നാലും എവിടെ നിന്നില്ലാതെ അത് വരുന്നു. കാരണം അത് അസ്തിത്വാത്മകമല്ല, കേവലം അഭാവം മാത്രമാണ്. അത് വരികയും പോവുകയും ചെയ്യുന്നില്ല. പ്രകാശം വരികയും പോവുകയും ചെയ്യുന്നു, കാരണം പ്രകാശമെന്ന ഒന്നുണ്ട്.

നിങ്ങളുടെ അഹംബോധത്തെ സംബന്ധിച്ചും ഇതേ കാര്യം ശരിയാകുന്നു. അഹംബോധം എന്നത് പ്രേമത്തിന്റെ അസാന്നിധ്യമാകുന്നു. പ്രേമമെന്ന പ്രകാശം അകത്തേക്ക് കൊണ്ടുവരിക, ഉടനടി അഹം ബോധമെന്ന ഇരുട്ട് അപ്രത്യക്ഷമാകുന്നു. അഹം ബോധത്തെ സംബന്ധിച്ച് നിങ്ങൾ മറ്റൊന്നും ചെയ്യേണ്ടതില്ല; കേവലം കൂടുതൽ പ്രേമപൂർണ്ണനായിത്തീരുക. നിരുപാധികമായി പ്രേമപൂർണനാവുക.

പ്രഭാതമനനം

ഞാൻ മനസ്സിലാക്കിയിടത്തോളം, ദൈവത്തിനോടുള്ള ഏക സ്തുതി ആനന്ദവാനായി നിലകൊള്ളുന്നതിലൂടെ മാത്രമാണ്. അത് വാചികമാകേണ്ട കാര്യമില്ല– വാസ്തവത്തിൽ, അതിന് വാചികമാകാൻ സാധ്യമല്ല. വാക്കുകൾ അത്രകണ്ട് നിഷ്ഫലമാണ്, അത്രകണ്ട് പൊള്ളയാണ്, വാക്കുകൾക്കതിനെ ഉൾക്കൊള്ളാൻ കഴിയില്ല. ദൈവത്തെ അസ്തിത്വാത്മകമായി സ്തുതിക്കേണ്ടതുണ്ട്, ബൗദ്ധികമായിട്ടല്ല. നിങ്ങളുടെ സത്തയുടെ ഓരോ തന്തുവും ആനന്ദത്താൽ സ്തുതിക്കേണ്ടതുണ്ട്, നിങ്ങളുടെ സത്തയുടെ ഓരോ കോശവും പ്രാർത്ഥനായിൽ നൃത്തം ചെയ്യേണ്ടതുണ്ട്. യഥാർത്ഥത്തിൽ നിങ്ങൾ പ്രാർത്ഥന തന്നെയായിത്തീരുകയാണ് വേണ്ടത്. അപ്പോൾ മാത്രമാണ് നിങ്ങൾ പ്രാർത്ഥനയിൽ വർത്തിക്കുന്നത്. അപ്പോൾ ഒന്നും പറയപ്പെടുന്നില്ല, എന്നാൽ എല്ലാം പറയപ്പെടുകയും ചെയ്യുന്നു.

അപ്പോൾ നിങ്ങൾ ഒരു ക്രൈസ്തവദേവാലയത്തിലേക്കോ അല്ലെങ്കിൽ ഒരു ജൂതദേവാലയത്തിലേക്കോ ഹിന്ദുക്ഷേത്രത്തിലേക്കോ പോകേണ്ട ആവശ്യമില്ല. നിങ്ങൾ എവിടെയായിരുന്നാലും നിങ്ങൾ ആനന്ദഭരിതനാണ്– ഇവിടെ നിലനിൽക്കുവാനായി ദൈവം നിങ്ങളെ തെരഞ്ഞെടുത്തിരിക്കുന്നു എന്ന കേവലമായ കാരണത്താൽ തന്നെ നിങ്ങൾ ആനന്ദനിർഭരനാകുന്നു. അവൻ നിങ്ങളെ സൃഷ്ടിച്ചിരിക്കുന്നു എന്നതിൽ, ഈ ലോകത്തിന്റെ സൗന്ദര്യം കാണുവാനുള്ള ഒരവസരം അവൻ നിങ്ങൾക്ക് നൽകിയിരിക്കുന്നു എന്നതിൽ; ഈ നിഗൂഢമായ അസ്തിത്വത്തെ കാണുവാനും അതിന്റെ ഭാഗമായിരിക്കുവാനും അതിൽ പങ്കാളിയാകുവാനും അതിൽ നിന്ന് പാനം

ചെയ്യുവാനും അതിന്റെ ലഹരി അനുഭവിക്കുവാനും നിങ്ങൾക്ക് അവസരമൊരുക്കിത്തന്നതിൽ നിങ്ങളവനോട് നന്ദിയുള്ളവനും ആനന്ദനിർഭരനുമായിരിക്കുന്നു. വാക്കുകൾ വളരെ കനമുള്ള കാര്യങ്ങളാണ്. അവ ഭൂമിയിലേക്ക് തന്നെ തിരിച്ച് വീഴുന്നു. അവയ്ക്ക് ഭൂമിക്കപ്പുറം പോകുവാൻ കഴിയില്ല. നിശ്ശബ്ദമായ ഒരാനന്ദത്തിന് മാത്രമേ പരമമായ യാഥാർത്ഥ്യത്തെ തുളച്ചുകയറാൻ കഴിയൂ.

അതിനാൽ പ്രസന്നനും ആനന്ദഭരിതനുമായി വർത്തിക്കുക. പ്രാർത്ഥിക്കണമെന്ന് തോന്നുമ്പോഴൊക്കെ ആടുകയും പാടുകയും ചെയ്യുക. ദൈവത്തെക്കുറിച്ച് മറന്നുകളയുക, അത് അവനെ സംബോധന ചെയ്തുകൊണ്ട് സംസാരിക്കുന്നതിന്റെ പ്രശ്നമല്ല– അതെല്ലാം വെറും അസംബന്ധങ്ങളാണ്. ദൈവത്തോട് എന്ത് പറയുവാനാണ്? പറയുവാനെന്താണുള്ളത് – അതെ എന്നൊഴികെ. അത് പറയപ്പെടുന്നത് നിങ്ങളുടെ നൃത്തത്തിലൂടെ മാത്രമാണ്. ഒരു വാക്കുകൊണ്ടും അത് പറയുവാൻ സാധ്യമല്ല. വാക്കുകൾ അത്രയും അനുചിതമാണ്. അവയ്ക്ക് അവയുടെ പരിമിതികളുണ്ട്. ലൗകികമായ ഉപയോഗത്തിന് അവ നല്ലതു തന്നെ. എന്നാൽ ആ പരലോകത്തിലേക്ക്, അതീതത്തിന്റെ ലോകത്തിലേക്ക് നീങ്ങിത്തുടങ്ങുന്ന നിമിഷം അവ തികച്ചും അപ്രസക്തമായിത്തീരുന്നു.

പ്രദോഷമനനം

പ്രേമം ആരെയും പ്രത്യേകമായി അഭിസംബോധന ചെയ്യുന്നതല്ല; കേവലം പ്രേമപൂർണ്ണനായിരിക്കുക - അത് നിങ്ങളുടെ ഗുണവിശേഷമായിരിക്കണം. അതിന് ബന്ധങ്ങളുമായി ഒരു കാര്യവുമില്ല. പ്രേമം സുഗന്ധം പോലെയായിരിക്കണം. അത് അറിയുവാൻ ആരെങ്കിലും വരുന്നോ ഇല്ലയോ എന്നത് പുഷ്പത്തിന് പ്രശ്നമല്ല. ആരും വരികയോ പോവുകയോ ചെയ്യാത്ത അങ്ങ് വിദൂരമായ ഹിമാലയത്തിൽ പോലും ആയിരക്കണക്കിന് പുഷ്പങ്ങൾ വിരിയുകയും അവയുടെ സൗരഭ്യം വമിപ്പിക്കുകയും ചെയ്യുന്നുണ്ട്. ഹിമാലയത്തിൽ അതിവിചിത്രങ്ങളായ പുഷ്പങ്ങളുടെ ഒരു താഴ്‌വാരം തന്നെയുണ്ട്. ആളുകൾ കൊടുമുടികളുടെ മുകളിൽ നിന്നു മാത്രമേ ആ താഴ്‌വാരം കണ്ടിട്ടുള്ളു, ആർക്കും ഇതുവരെ അവിടെ എത്തിച്ചേരാൻ കഴിഞ്ഞിട്ടില്ല. കാരണം അവിടേക്കിറങ്ങി ചെല്ലുന്നത് വളരെ അപകടകരമാണ്. ആളുകൾക്ക് ആ പുഷ്പങ്ങളെക്കുറിച്ചറിയാം. എന്നാൽ ഇതുവരെ ആരും അവയുടെ സൗരഭ്യം മണത്തു നോക്കിയിട്ടില്ല. അവയ്ക്ക് മനം കവരുന്ന വർണ്ണങ്ങളുമുണ്ട്. അവ അതിവിദൂരത്തിലാണ്. എന്നാൽ അവയ്ക്ക് അതിനെക്കുറിച്ച് ഒരു വേവലാതിയുമില്ല. ആ പുഷ്പങ്ങൾ തികച്ചും സന്തോഷവാന്മാരായി വർത്തിക്കുന്നു.

പ്രേമം നിങ്ങളുടെ ഗുണവിശേഷമായിരിക്കണം. പ്രേമപൂർണ്ണരായിത്തീരുക. അങ്ങനെ ഒരു ദിനം അത് സംഭവിക്കുന്നു: നിങ്ങൾ പ്രേമം തന്നെയാകുന്നു. പ്രേമപൂർണ്ണം പോലുമല്ല, പ്രേമം തന്നെ. മഹത്തായ വെളിപ്പെടലിന്റെ സുദിനമാണത്. ആ നിമിഷത്തിൽ ജലബിന്ദു സമുദ്രത്തിൽ വിലയം പ്രാപിക്കുന്നു. അത് അപ്രത്യക്ഷമാവുകയും സമുദ്രം തന്നെയായിത്തീരുകയും ചെയ്യുന്നു.

പ്രഭാതമനനം

സ്തുതി പ്രാർത്ഥനയുടെ അടിക്കല്ല് തന്നെയാണ്. സ്തുതിക്കുവാൻ കഴിയുന്ന ഒരുവന് പ്രാർത്ഥനയിലേക്ക് എടുത്തുചാടുവാൻ സന്നദ്ധമായ ഒരു ഹൃദയമുണ്ടായിരിക്കും.

സ്തുതി എന്നാൽ അപരനെ നിങ്ങളേക്കാൾ ഉന്നതനായി ഉയർത്തുക എന്നർത്ഥമാകുന്നു. അത് അഹംബോധത്തിന് വിഷമാണ്. നിങ്ങൾ ഓരോ കൊച്ചു കാര്യങ്ങളെയും സ്തുതിക്കുമ്പോൾ, ഈ പ്രപഞ്ചമാകെത്തന്നെ നിങ്ങളുടെ സ്തുതിക്ക് വിഷയമായിത്തീരുമ്പോൾ അഹംബോധം അപ്രത്യക്ഷമാകുന്നു. അഹംബോധത്തിന്റെ അപ്രത്യക്ഷമാകൽ നിങ്ങളെ ദൈവത്തിന് സുലഭ്യനാക്കിത്തീർക്കുകയും ചെയ്യുന്നു. അഹംബോധം പൂർണ്ണമായും പോയ്മറഞ്ഞുകഴിയുമ്പോൾ മാത്രമേ ദൈവത്തിന് നിങ്ങളിൽ ഇറങ്ങിവരാൻ സാധിക്കുകയുള്ളു. അഹംബോധം നിങ്ങളുടെ ഹൃദയം വിട്ടുപോകേണ്ടതുണ്ട്. അപ്പോൾ മാത്രമേ ദൈവത്തിന് അകത്തേക്ക് പ്രവേശിക്കുവാൻ കഴിയൂ.

ദൈവമെന്നാൽ കേവലം സമ്പൂർണ്ണത എന്നാണ് അർത്ഥം. അഹംബോധമെന്നാൽ നിങ്ങൾ സമ്പൂർണ്ണതയിൽ നിന്ന് വ്യതിരിക്തനാകുവാൻ ശ്രമിക്കുന്നു എന്നർത്ഥം. അഹംബോധമില്ലാതിരിക്കുമ്പോൾ, വ്യതിരിക്തനാകുവാൻ യാതൊരു ശ്രമവുമില്ലാതിരിക്കുമ്പോൾ, നിങ്ങൾ ഉരുകി ഒന്നായിത്തീരുവാൻ സന്നദ്ധനാണ്. സമ്പൂർണ്ണതയുമായുള്ള ഉരുകി ഒന്നായി അലിഞ്ഞുചേരൽ പരമാനന്ദത്തെ സൃഷ്ടിക്കുന്നു, ആനന്ദനിർവൃതി, ആശീർവാദം സൃഷ്ടിക്കുന്നു. അതാണ് സന്ന്യാസത്തിന്റെ ലക്ഷ്യം.

പ്രദോഷമനനം

ഇതാണ് പ്രേമത്തിന്റെ പാതയിലെ മുഴുവൻ രഹസ്യവും: ബാഹ്യപ്രേരണയില്ലാത്ത പ്രേമം നിങ്ങളുടെ സത്തയെയാകെ പ്രേമോർജ്ജമായി പരിവർത്തിപ്പിക്കുന്നു; പ്രേമോർജ്ജമായിത്തീരുക എന്നുവെച്ചാൽ ദൈവികതയായിത്തീരലാകുന്നു. അതിനപ്പുറം ഒന്നും ആവശ്യമില്ല. ഒരുവന് ആവശ്യപ്പെടാവുന്നതിലേറെയാണത്, സ്വപ്നം കാണാൻ കഴിയുന്നതിലും ഏറെയാണത്. അത് തികഞ്ഞ സാഫല്യം കൊണ്ടുവരുന്നു, അത് പ്രഫുല്ലനം കൊണ്ടുവരുന്നു. നിങ്ങൾ പുഷ്പീകരിക്കുന്നു, അവബോധകുസുമങ്ങൾ നിങ്ങൾക്കുള്ളിൽ വിടരുവാൻ തുടങ്ങുന്നു.

പ്രഭാതമനനം

നമുക്കുചുറ്റും ചൂഴ്ന്നു നില്ക്കുന്ന സൗന്ദര്യത്തെ വാഴ്ത്തുക. എന്നാൽ നാമെല്ലാം അതിനെക്കുറിച്ച് അബോധവാന്മാരായിരിക്കുന്നു. സൂര്യോദയത്തെ സ്തുതിക്കുക. സൂര്യാസ്തമയത്തെ, നക്ഷത്രങ്ങളെ, കാർമേഘങ്ങളെ, വൃക്ഷങ്ങളെ, മനുഷ്യരെ. കാരണം ഇവയെല്ലം ദൈവത്തിന്റെ അഭിവ്യജ്ഞനങ്ങളാകുന്നു.

ഒരു സ്തുതിഗീതമായിത്തീരുക. സ്തുതിക്കുന്ന കണ്ണുകളോടെ നോക്കുക. വിമർശനബുദ്ധി ഒഴിവാക്കുക. വിമർശകനായിരിക്കുന്നത് പ്രസക്തമായതെല്ലാം നഷ്ടപ്പെടുവാനുള്ള ഉറച്ച വഴിയാണ്.

സൃഷ്ടിപരനായി വർത്തിക്കുക, വിമർശകനാകാതിരിക്കുക.

ഒരുവന് സൃഷ്ടിപരനായിവർത്തിക്കുവാൻ കഴിയുന്നത് സ്തുതിക്കുന്നതെങ്ങനെ എന്നറിയുമ്പോഴാണ്. ആ സ്തുതിയിൽ നിന്ന് തന്നെയാണ് സൃഷ്ടിപരത ഉയർന്നുവരുന്നത്. അസ്തിത്വത്തിന്റെ സൗന്ദര്യം, ആ മനോഹാരിത കാണുമ്പോൾ അതിനെ അൽപ്പം കൂടി മനോഹരമാക്കുവാൻ നിങ്ങൾക്ക് തോന്നുന്നു, അങ്ങനെ നിങ്ങൾ നിങ്ങളുടെ സത്തയെ പങ്കുവെയ്ക്കുവാൻ തുടങ്ങുന്നു. .

അങ്ങനെയാണ് സൃഷ്ടിപരത ആവിർഭവിക്കുന്നത്. അത് ജീവിതത്തെ ഒരൽപംകൂടി മനോഹരമാക്കുവാനുള്ള പരിശ്രമമാണ്; ഒരല്പം പുഞ്ചിരി, ഒരു പൊട്ടിച്ചിരി, ഒരല്പ്പം ആഹ്ലാദം കൊണ്ടുവരാനുള്ള ശ്രമം ; അസ്തിത്വത്തിലേക്ക് ഒരല്പ്പം പ്രേമം കൊണ്ടുവരാനുള്ള, നിങ്ങൾ കണ്ടുമുട്ടിയതിനേക്കാൾ ഒരല്പം കൂടി അതിനെ മെച്ചപ്പെടുത്തി വിടാനുള്ള ഒരു പരിശ്രമം - അതാണ് ശരിയായ ആരാധനയും.

പ്രദോഷമനനം

ധ്യാനം നിങ്ങളെ പടിവാതിൽക്കലോളം വരെ മാത്രമേ കൊണ്ടു പോകുന്നുള്ളു. എന്നാൽ അതാണ് ഏറ്റവും മഹത്തായ യാത്ര- തലയിൽ നിന്ന് ഹൃദയത്തിലേക്കുള്ള, യുക്തിയിൽ നിന്ന് പ്രേമത്തിലേക്കുള്ള, അറിയലിൽ നിന്ന് അനുഭവിക്കലിലേക്കുള്ള യാത്ര. അതിനാൽ ഒരു കവി ഒരു ശാസ്ത്രജ്ഞനേക്കാൾ അതിനോട് കൂടുതൽ അടുത്തു നില്ക്കുന്നു, ഒരു നർത്തകൻ ഒരു രാഷ്ട്രീയക്കാരനേക്കാൾ കൂടുതൽ അടുത്തു നിൽക്കുന്നു. പ്രണയിതാവ് ഒരു കച്ചവടക്കാരനേക്കാൾ അടുത്തു നിൽക്കുന്നു. പക്ഷെ ധ്യാനത്തിലൂടെ മാത്രമേ കവി ആ ഒരു ചുവടുവെയ്പ്പിനെക്കുറിച്ച് ബോധവാനാകൂ; അല്ലാത്തപക്ഷം ഒരാൾ ദേവാലയത്തിന്റെ മുന്നിൽ ആ പടിവാതിലിന് പുറംതിരിഞ്ഞ് നില്ക്കുകയേയുള്ളു. അങ്ങനെയാണ് കവി നിന്നുകൊണ്ടിരിക്കുന്നത്; ആ മന്ദിരത്തിന്റെ മുന്നിൽ പടിവാതിലിൽ നിന്ന് പുറത്തേക്ക് നോക്കി കൊണ്ട്. ഒരു ഋഷിയും അതേ പടിവാതിൽക്കൽ തന്നെയാണ് നിൽക്കുന്നത്, എന്നാൽ അകത്തേക്ക് നോക്കി കൊണ്ടാണ്. അവർ രണ്ടുപേരും ഒരേ സ്ഥാനത്ത് തന്നെയാണ് നിൽക്കുന്നത്. ആ വ്യത്യാസം വരുത്തുന്ന കാര്യം ധ്യാനമാണ്. ധ്യാനം നിങ്ങൾക്ക് ഒരു നൂറ്റി എൺപത് ഡിഗ്രി തിരിച്ചിൽ വരുത്തുന്നു. നിങ്ങൾ പുറത്തേക്ക് നോക്കുകയില്ല, അകത്തേയ്ക്ക് നോക്കും.

കവിയുടെയും ഋഷിയുടെയും ദിശകൾ വിഭിന്നങ്ങളാണ്. അവർ രണ്ടുപേരും സ്ഥിതിചെയ്യുന്നത് ഒരേ ഇടത്തിൽ തന്നെയാണ്, ഒരേ ചവിട്ടുപടിയിൽ തന്നെയാണ്. കവിയും ഋഷിയും കൃത്യമായും ഒരേ പടിയിൽ തന്നെ നിൽക്കുന്നു, ഒരേ പടിവാതിൽക്കൽ തന്നെ നില്ക്കുന്നു. എന്നാൽ കവി പുറത്തേയ്ക്ക്

നോക്കുകയും ഋഷി അകത്തേക്ക് നോക്കുകയും ചെയ്യുന്നു - അതാണ് വ്യത്യാസമുണ്ടാക്കുന്നത്- ഏറ്റവും വലിയ വ്യത്യാസം

ഋഷി ഉള്ളിലേക്ക് നോക്കുമ്പോൾ തന്നെ അദ്ദേഹം അകത്തേയ്ക്ക് പാഞ്ഞു കയറുകയും ചെയ്യുന്നു. അതിനുശേഷം അദ്ദേഹത്തിന് നിർത്താൻ കഴിയുകയില്ല, യാതൊന്നിനും അദ്ദേഹത്തെ നിർത്താൻ കഴിയില്ല.

പാഞ്ഞു കയറുവാനുള്ള ആ ത്വര തടുക്കാനാവാത്തതാണ്. ധ്യാനം ആ അന്തിമമായ ചുവടുവെയ്പ്പിന് പ്രാപ്തനാക്കുന്നു. അതിനാൽ നിങ്ങളുടെ മുഴുവൻ പരിശ്രമത്തെയും, നിങ്ങളുടെ മുഴുവൻ സത്തയെയും ഒരേയൊരു കാര്യത്തിൽ കേന്ദ്രിതമാക്കുക- ധ്യാനം. നിങ്ങളുടെ സമ്പൂർണമായ ഊർജ്ജവും അതിലേക്ക് വീഴ്ത്തുകയും അങ്ങനെ നിങ്ങളെ സംബന്ധിച്ച് അതൊരു യാഥാർത്ഥ്യമായിത്തീരുവാൻ സാധ്യമാക്കുകയും ചെയ്യുക.

പ്രഭാതമനനം

ജീവിതം ഒരു വരദാനമാകുന്നു. എന്നാൽ നാമതിനെക്കുറിച്ച് അത്രമാത്രം അബോധവാനായിരിക്കുന്നതുമൂലം നമ്മളൊരിക്കലും അസ്തിത്വത്തോട് നന്ദി പറയുന്നില്ല, നമുക്ക് ഒരു കൃതജ്ഞതയും തോന്നുന്നില്ല. വളരെയേറെ നമുക്ക് നൽകപ്പെട്ടിരിക്കുന്നു. എന്നിട്ടും നാം പരാതിപ്പെട്ടുകൊണ്ടേയിരിക്കുകയാണ്. നമ്മൾ കൂടുതൽ കൂടുതൽ വേണമെന്ന് ചോദിച്ചുകൊണ്ടേയിരിക്കുന്നു. എന്നാൽ മനസ്സിന്റെ ദുഃഖമെന്തെന്നാൽ അതിന് എത്രമാത്രം നൽകപ്പെടുന്നുവോ, അത്രകണ്ട് അത് ചോദിച്ചുകൊണ്ടിരിക്കും. അത് അത്രയേറെ ആവശ്യപ്പെടുന്നവനായിത്തീരുന്നു; കൂടുതൽ കടുംപിടുത്തക്കാരനും കൂടുതൽ വെറുപ്പുള്ളവനും കൂടുതൽ ഹിംസാത്മകനും കൂടുതൽ ആക്രമണകാരിയും ആയിത്തീരുന്നു- ആനന്ദവാനായിരിക്കുന്നതിനുള്ള വഴി അതല്ല. അത് നരകത്തിലേക്കുള്ള മാർഗ്ഗമാണ്!

പരമാനന്ദത്തിലേക്കുള്ള മാർഗ്ഗം കൃതജ്ഞതയിലൂടെ/നന്ദി പറയലിലൂടെയാണ് കടന്നു പോകുന്നത്. അസ്തിത്വത്തോട് നന്ദിയുള്ളവനായിരിക്കുക. അത് അത്രയേറെ നൽകിയിരിക്കുന്നു. ഇനിയും കൂടുതലിന് ആവശ്യപ്പെടാതിരിക്കുക. അങ്ങനെ നിങ്ങൾക്ക് കൂടുതൽ കൂടുതൽ നൽകപ്പെട്ടുകൊണ്ടിരിക്കും. ചോദിക്കുകയാണെങ്കിൽ നിങ്ങൾക്കൊരിക്കലും അത് നൽകപ്പെടുകയില്ല. കൃതജ്ഞരായിരിക്കുന്നവർക്ക് മാത്രമാണ് അത് നൽകപ്പെടുന്നത്. കൃതജ്ഞതയിൽ അവർ സ്വീകർത്താക്കളായിത്തീരുന്നു. കൃതജ്ഞതയിൽ അവർ അതിന് അർഹരായിത്തീരുന്നു. ആവശ്യപ്പെടുകയാണെങ്കിൽ നിങ്ങൾക്കത് നഷ്ടപ്പെടാതെ

നിവൃത്തിയില്ല. അസ്തിത്വത്തിൽ നിന്ന് ഒന്നും ആവശ്യപ്പെടാതിരിക്കുക. അത് ഇപ്പോൾത്തന്നെ ചെയ്തു കഴിഞ്ഞിട്ടുള്ള എല്ലാറ്റിനുംവേണ്ടി കേവലം നന്ദി പറഞ്ഞു കൊണ്ടേയിരിക്കുക. അപ്പോൾ നിങ്ങൾക്കത്ഭുതം തോന്നും, ആ താക്കോൽ നിങ്ങൾ കണ്ടെത്തിക്കഴിഞ്ഞു. യാതൊന്നും ആവശ്യപ്പെടാതെ തന്നെ ഈ അസ്തിത്വം മുഴുവൻ നിങ്ങളുടേതാക്കുവാൻ കഴിയുന്നു.

പ്രദോഷമനനം

ധ്യാനത്തിലേക്ക് പ്രവേശിക്കുന്നതിനുള്ള അത്യാവശ്യമായ ഗുണവിശേഷങ്ങളിലൊന്നാണ് ക്ഷമ. ഒരുവന് ധൃതി പിടിക്കുവാൻ സാധ്യമല്ല. എത്രകണ്ട് ധൃതിപിടിക്കുന്നുവോ അത്രകണ്ട് അത് ദീർഘിപ്പിക്കപ്പെടുന്നു. പ്രേമപൂർണ്ണനായി, വിശ്വസ്തതയോടെ/എന്നെന്നേയ്ക്കുമായി കാത്തിരിക്കുവാൻ കെൽപ്പുള്ളവന് ഒരൊറ്റ നിമിഷത്തിനുള്ളിൽ പോലും അത് സംഭവിക്കാം. നിമിഷനേരം കൊണ്ട് അത് സംഭവിക്കാം, ഉടനടി അത് സംഭവിക്കാം; അതെല്ലാം ഒരുവൻ എത്രമാത്രം ക്ഷമയുള്ളവനാണ് എന്നതിനനുസരിച്ചിരിക്കുന്നു.

എന്നാൽ ഓർക്കുക, ധ്യാനം ചെയ്യുന്ന സമയത്ത് അതിന്റെ ഫലത്തെക്കുറിച്ച് ഒരിക്കലും ഗൗനിക്കരുത്. അത് അതിന്റേതായ സമയത്ത് വന്നുചേർന്നുകൊള്ളും. വിശ്വസ്തനായിരിക്കുക. ധ്യാനത്തെ അതിനായിത്തന്നെ ആസ്വദിക്കുക, അക്കാര്യത്തിൽ പിശുക്കുകാട്ടരുത്. യാതൊരു അഭിലാഷവും അതിന്മേൽ പ്രക്ഷേപിക്കരുത്. ഒരു മാർഗ്ഗമെന്നതിനപ്പുറം ധ്യാനംതന്നെ ഒരു ലക്ഷ്യമായിക്കൊണ്ട് ഒരാൾക്ക് ധ്യാനിക്കുവാൻ കഴിയുമെങ്കിൽ, അപ്പോൾ ഉടനെ തന്നെ ആ ദിവ്യാത്ഭുതം സംഭവിക്കാം, അതിന് നിങ്ങളുടെ സമ്പൂർണ്ണസത്തയെ മാറ്റിത്തീർക്കുവാൻ സാധിക്കും.

ആ പരിവർത്തനം എളുപ്പമാണ്. ഒരുവൻ ക്ഷമയോടെ വന്നിരിക്കുന്നതിന്റെ കല അഭ്യസിക്കേണ്ടതുണ്ട്- ഇത് മനുഷ്യവർഗ്ഗമാകെത്തന്നെ പൂർണ്ണമായും മറന്നുപോയിരിക്കുന്നു. എല്ലാവരും അത്രകണ്ട് ധൃതിയിലാണ്; എല്ലാവർക്കും കാര്യങ്ങൾ പെട്ടെന്ന് പെട്ടെന്ന് നടക്കണം. കാത്തിരിക്കുവാൻ ആരും

തയ്യാറല്ല. അതുകൊണ്ടാണ് മതത്തിന്റെ ലോകത്തിൽ ഇത്രയധികം ചാർലട്ടന്മാർ ഉണ്ടായിരിക്കുന്നത്. നിങ്ങൾ ഇൻസ്റ്റന്റ് കോഫി ആവശ്യപ്പെടുന്നു. അതുകൊണ്ടാണ് വഴിയരികിൽ ഇൻസ്റ്റന്റ് കോഫി വിൽക്കുവാൻ ആളുണ്ടായിരിക്കുന്നത്; അവർ നിങ്ങളെ ചൂഷണം ചെയ്യുകയും ചെയ്യുന്നു.

എന്റെ സമീപനം ക്ഷമയുടേതാണ്, അനന്തമായ ക്ഷമ- അപ്പോൾ ആ ദിവ്യാത്ഭുതം. ഇൻസ്റ്റന്റ് കോഫി പോലെ തന്നെ പൊടുന്നനെ അത് സംഭവിക്കാം. എന്നാൽ ആ മുന്നുപാധികൾ നിറവേറപ്പെടേണ്ടതുണ്ട്. അതൊരു വിരോധാഭാസമാണ്, പക്ഷെ സത്യത്തെ സംബന്ധിച്ചുള്ളതെന്തും എപ്പോഴും വിരോധാഭാസപരമാണ്; അത് വിരോധാഭാസപരമായിരിക്കണം. കാരണം, സത്യത്തിന് അതിന്റെ വിപരീതത്തെയും കൂടി ഉൾക്കൊള്ളേണ്ടതുണ്ട്.

പ്രഭാതമനനം

ആളുകൾ ജീവിതത്തെ അതിസാധാരണമെന്ന് അപ്രധാനമായെടുക്കുന്നു. അതിനാൽ അവരിൽ യാതൊരു കൃതജ്ഞതയുമില്ല. കൃതജ്ഞത കൂടാതെ ഒരു വളർച്ചയുമില്ലതാനും. കൃതജ്ഞതയെ കൂടാതെ മതമില്ല, കൃതജ്ഞതയെ കൂടാതെ പ്രാർത്ഥനയില്ല. മതം ആരംഭിക്കുന്നതും അവസാനിക്കുന്നതും കൃതജ്ഞതയിലാണ്. അത് കൃതജ്ഞതയിൽ നിന്ന് കൃതജ്ഞതയിലേക്കുള്ള ഒരു യാത്രയാകുന്നു. ആരംഭത്തിൽ അതൊരു ബീജമാണ്, അവസാനത്തിൽ അതൊരു പുഷ്പമായിത്തീരുന്നു. എന്നാൽ ഏറ്റവും പ്രാഥമികമായ വസ്തുത എന്തെന്നാൽ, ജീവിതത്തെ അതിസാധാരണമെന്ന് അപ്രധാനമായി കാണരുത്. നമ്മളത് നേടിയെടുത്തതല്ല, അതൊരു വരദാനമാണ്. ഇത് വളരെ ലളിതവും വ്യക്തവുമായ ഒരു വസ്തുതയത്രെ. ചിലപ്പോഴത് അത്രയും സുവ്യക്തമായതുകൊണ്ടായിരിക്കണം ആളുകൾക്ക് അതിനെക്കുറിച്ച് മറന്നുപോകുവാനുള്ള പ്രവണതയുള്ളത്.

മതം ആരംഭിക്കുന്നത് ദൈവമുണ്ട് എന്ന വിശ്വാസത്തിലല്ല, അതാരംഭിക്കുന്നത് ജീവിതം ഒരു വരദാനമാകുന്നു എന്ന ബോധത്തിൽ നിന്നാണ്. ആരിൽ നിന്നുള്ള വരദാനമെന്ന് നമുക്കറിഞ്ഞുകൂടാ- അത് ആരായപ്പെടേണ്ടതാണ്. എന്നാൽ ഒരു കാര്യം തീർച്ചയാണ്, അതൊരു വരദാനമാണ്. അജ്ഞാതമായ ഏതോ ശക്തി, നിഗൂഢമായ ഏതോ ശക്തി ഏറ്റവും അമൂല്യമായത് നിങ്ങൾക്ക് നൽകിയിരിക്കുന്നു. ഒരിക്കൽ ഈ വികാരം നിങ്ങളിൽ രൂഢമൂലമായിക്കഴിഞ്ഞാൽ ആ അന്വേഷണം ആരംഭിക്കുന്നു. ദൈവം കൃതജ്ഞതയിൽ നിന്നും അധികം അകലെയല്ല.

പ്രദോഷമനനം

ധ്യാനത്തിന്റെ കാര്യത്തിൽ ഒരുവൻ വളരെയധികം വിനോദഭാവത്തിൽ വർത്തിക്കേണ്ടതുണ്ട്. അത് രസകരമായി ആസ്വദിക്കുവാൻ ഒരുവൻ പഠിക്കേണ്ടതുണ്ട്. അതിനെ സംബന്ധിച്ച് ഒരുവൻ ഗൗരവബുദ്ധിയാകരുത്- ഗൗരവബുദ്ധിയാകുമ്പോൾ നിങ്ങൾക്ക് നഷ്ടമാകുന്നു. ഒരാൾ അതിനകത്തേക്ക് വളരെ ആഹ്ലാദപൂർവ്വം പ്രവേശിക്കേണ്ടതുണ്ട്. കൂടാതെ അത് കൂടുതൽ കൂടുതൽ അഗാധമായ വിശ്രാന്തിയിലേക്ക് നിപതിക്കലാണെന്നതിനെക്കുറിച്ച് ബോധവാനായിരിക്കുവാൻ ശ്രദ്ധിക്കേണ്ടതുണ്ട്. അത് ശ്രദ്ധാകേന്ദ്രീകരണമല്ല, നേരെ എതിരാണ്: അത് വിശ്രാന്തിയാണ്. അങ്ങേയറ്റത്തെ വിശ്രാന്തിയിലാകുമ്പോൾ നിങ്ങളുടെ യാഥാർത്ഥ്യത്തെ ആദ്യമായി നിങ്ങൾ അനുഭവിച്ചറിയുവാൻ തുടങ്ങുന്നു, നിങ്ങൾ നിങ്ങളുടെ സത്തയുമായി മുഖത്തോടു മുഖം വന്നെത്തുന്നു. പ്രവർത്തനത്തിൽ മുഴുകുമ്പോൾ അതിൽ അത്രയധികം വ്യാപൃതനാകുന്നതിനാൽ നിങ്ങൾക്ക് നിങ്ങളെ സ്വയം കാണാൻ കഴിയുന്നില്ല. പ്രവർത്തനം നിങ്ങൾക്കുചുറ്റും വളരെയേറെ പുക സൃഷ്ടിക്കുന്നു, നിങ്ങൾക്കുചുറ്റും വളരെയേറെ പൊടിപടലങ്ങൾ ഉയർത്തുന്നു: അതിനാൽ എല്ലാ പ്രവർത്തനങ്ങളും ഉപേക്ഷിക്കേണ്ടതുണ്ട് - ദിവസേന അല്പം മണിക്കൂറുകളെങ്കിലും.

തുടക്കത്തിൽ മാത്രമാണ് അത് അങ്ങനെയായിരിക്കുന്നത്. വിശ്രാന്തിയിൽ വർത്തിക്കുന്നതിന്റെ കല പഠിച്ചു കഴിഞ്ഞാൽ പിന്നീട് ഒരേസമയം ക്രിയാത്മകനായും വിശ്രാന്തനായും വർത്തിക്കുവാൻ നിങ്ങൾക്ക് കഴിയും, കാരണം വിശ്രാന്തിയെന്നത്

അത്രയും ആധികാരികമാണെന്നും ബാഹ്യമായ യാതൊന്നിനാലും അത് അലോസരപ്പെടുന്നില്ലെന്നും അപ്പോൾ നിങ്ങളറിയുന്നു. പ്രവർത്തനം പുറംപരിധിയിൽ നടന്നുകൊണ്ടേയിരിക്കുകയും കേന്ദ്രത്തിൽ നിങ്ങൾ വിശ്രാന്തനായി വർത്തിക്കുകയും ചെയ്യുന്നു. അതുകൊണ്ട് തുടക്കക്കാർക്ക് മാത്രമാണ് കുറച്ചു മണിക്കൂറുകളോളം പ്രവർത്തനം ഉപേക്ഷിക്കേണ്ടത്. ആ കല അഭ്യസിച്ചു കഴിഞ്ഞാൽ പിന്നീട് പ്രശ്നമൊന്നുമില്ല. ഒരാൾക്ക് ദിവസം ഇരുപത്തിനാല് മണിക്കൂറും ധനാത്മകനായി വർത്തിക്കുവാനും സാധാരണജീവിതത്തിലുള്ള എല്ലാ പ്രവർത്തനങ്ങളും തുടർന്നുകൊണ്ടുപോകുവാനും സാധിക്കും.

പ്രഭാതമനനം

ഈ നിമഷം മുതൽ എല്ലാ കാര്യങ്ങളെയും ഒരു അനുഗ്രഹമായി നോക്കിക്കാണാൻ തുടങ്ങുക. എല്ലാ കാര്യങ്ങളും എന്നു ഞാൻ പറയുമ്പോൾ എല്ലാറ്റിനെയുമാണ് ഞാനുദ്ദേശിക്കുന്നത്. ചിലപ്പോൾ വേദനയനുഭവിക്കുകയാണെങ്കിൽ പോലും അതൊരു അനുഗ്രഹമാണ്. നിങ്ങൾക്കത് മനസ്സിലാകുന്നില്ലായിരിക്കാം, എന്നാൽ അതൊരു അനുഗ്രഹം തന്നെയാണ്. ഒരുദിനം നിങ്ങൾക്ക് മനസ്സിലാകും, അപ്പോൾ അതൊരു അനുഗ്രഹമായിരുന്നുവെന്ന് നിങ്ങൾ അറിയുകയും ചെയ്യും: അതൊരാവശ്യമായിരുന്നു, തികച്ചും അത്യാവശ്യമായിരുന്നു, അത് നിങ്ങളുടെ വളർച്ചയെ സഹായിച്ചു എന്ന് നിങ്ങളറിയും. പീഡനം തന്നെയും ഒരനുഗ്രഹമാണ്. അത് ശുചീകരിക്കുന്നു, അത് നിങ്ങളെ ഉദ്ഗ്രഥിതനായിത്തീരുവാൻ സഹായിക്കുന്നു, അത് നിങ്ങളിൽ നിന്ന് ബാലിശത്വം എടുത്തുമാറ്റുന്നു, നിങ്ങളെ പക്വമതികളാകുവാൻ സഹായിക്കുന്നു. സഹനത്തിലൂടെ ഒരു നിശ്ചിത പാകമാകൽ സംഭവിക്കുന്നു.

നിരീക്ഷിക്കുക. സൂക്ഷ്മപരിശോധന നടത്തുക. എല്ലായിടത്തും ഒരു അനുഗ്രഹം കണ്ടെത്തുവാൻ ശ്രമിക്കുക. ചിലപ്പോൾ അത് പ്രച്ഛന്നമായിരിക്കും, ചിലപ്പോൾ അത്രയൊന്നും പ്രച്ഛന്നമായിരിക്കില്ല, മറ്റു ചിലപ്പോൾ തികച്ചും നഗ്നവുമായിരിക്കും. പക്ഷെ ശ്രദ്ധിക്കുകയാണെങ്കിൽ അതെപ്പോഴും അവിടെയുണ്ടെന്ന് നിങ്ങൾ കണ്ടെത്തും: വിജയത്തിൽ, പരാജയത്തിൽ, വേദനയിൽ, സുഖത്തിൽ, ജീവിതത്തിൽ, മരണത്തിലുംകൂടി. വേനലിൽ അതുണ്ട്, ഹേമന്തകാലത്തും അതുണ്ട്, യൗവ്വനത്തിൽ അതുണ്ട്, വാർദ്ധ

കൃത്തിലും അതുണ്ട്, ആരോഗ്യത്തിൽ അതുണ്ട്, അനാരോഗ്യത്തിലും അതുണ്ട്. എല്ലായിടത്തും അനുഗ്രഹങ്ങൾ ദർശിക്കുവാൻ കഴിയുന്നവനായ, അനുഗ്രഹമല്ലാത്ത ഒരിടവും ഒരു ബിന്ദുവും കണ്ടെത്താൻ കഴിയാത്തവനായ, ആ വ്യക്തിയെയാണ് ഞാൻ മതാത്മകനെന്ന് വിളിക്കുന്നത്.

പ്രദോഷമനനം

ധ്യാനം നിങ്ങൾക്കു വേണ്ടി രണ്ട് കാര്യങ്ങൾ ചെയ്യുന്നു: ഒന്ന്, ചുറ്റും നിലനിൽക്കുന്ന സൗന്ദര്യത്തെക്കുറിച്ച് അത് നിങ്ങളെ ബോധവാനാക്കുന്നു. അത് നിങ്ങളെ ആ സൗന്ദര്യത്തെക്കുറിച്ച് സംവേദിയാക്കുന്നു. രണ്ടാമത്തെ കാര്യം, അത് നിങ്ങളെ സുന്ദരമാക്കുന്നു, നിങ്ങൾക്ക് ഒരു പ്രത്യേക അഴക് നൽകുന്നു. നിങ്ങളുടെ കണ്ണുകൾ നിറയെ സൗന്ദര്യമായിത്തീരുന്നു. കാരണം ഈ അസ്തിത്വം മുഴുവനും സുന്ദരമാണ്, നാമതിൽ നിന്ന് പാനം ചെയ്യുകയേ വേണ്ടൂ, നമ്മൾ കേവലം ആ സൗന്ദര്യം നമ്മിലേക്ക് പ്രവേശിക്കുവാൻ അനുവദിക്കുകയേ വേണ്ടൂ. സാധാരണഗതിയിൽ അസ്തിത്വം നിറഞ്ഞുനില്ക്കുന്ന സൗന്ദര്യത്തെക്കുറിച്ച് ഒരു വ്യക്തി ബോധവാനല്ല. വൈരൂപ്യമാർന്ന എല്ലാറ്റിനെക്കുറിച്ചും അയാൾ കൂടുതൽ ബോധവാനാണ്. കാരണം മനസ്സ് എപ്പോഴും നിഷേധാത്മകത്തെ കണ്ടുപിടിച്ചുകൊണ്ടേയിരിക്കുന്നു; അത് മുള്ളുകളെ എണ്ണിക്കൊണ്ടിരിക്കുകയും പനിനീർ പൂക്കളെ നഷ്ടപ്പെടുത്തുകയും ചെയ്യുന്നു. അത് വ്രണങ്ങളെ എണ്ണിക്കൊണ്ടിരിക്കുകയും ആശീർവാദങ്ങളെ നഷ്ടപ്പെടുത്തുകയും ചെയ്തുകൊണ്ടിരിക്കുന്നു. അതാണ് മനസ്സിന്റെ രീതി.

ധ്യാനത്തിലേക്ക് നീങ്ങുന്ന നിമിഷത്തിൽ, ഒരല്പംകൂടി ശാന്തനും ഒരല്പ്പംകൂടി നിശ്ശബ്ദനും, ഒരല്പംകൂടി നിശ്ചലനും വിശ്രാന്തനുമായിരിക്കുമ്പോൾ, നിങ്ങൾ ഒരല്പംകൂടി സത്തയിൽ വിശ്രമിക്കുന്നവനായിരിക്കുമ്പോൾ, പൊടുന്നനെ വൃക്ഷങ്ങളുടെ സൗന്ദര്യത്തെക്കുറിച്ച്, മേഘമാലകളുടെ സൗന്ദര്യത്തെക്കുറിച്ച്, മനുഷ്യരുടെ സൗന്ദര്യത്തെക്കുറിച്ച്, ഉള്ളതായ എല്ലാറ്റിന്റെയും സൗന്ദര്യത്തെക്കുറിച്ച് നിങ്ങൾ ബോധവാനായിത്തീരുന്നു.

എല്ലാം സുന്ദരമാണ്. കാരണം അവ നിറയെ ദൈവികതയാണ്; പാറകൾ പോലും ദൈവികതയാൽ നിറഞ്ഞു കവിയുന്നു. ദൈവികതയാൽ നിറയപ്പെട്ടിട്ടില്ലാത്ത യാതൊന്നുമില്ല. ഈ മനോഹരമാനങ്ങളെല്ലാം അനുഭവിക്കാൻ തുടങ്ങിക്കഴിഞ്ഞാൽ, അതിന്റെ അനന്തരഫലം ഇതാണ് : ഈ മനോഹരമായ അനുഭവത്താൽ പോഷിപ്പിക്കപ്പെട്ട്- ആ സംഗീതത്താൽ, കവിതയാൽ, നൃത്തത്താൽ, പ്രേമത്താൽ, ആഘോഷത്താൽ പരിപോഷിപ്പിക്കപ്പെട്ട്- നിങ്ങൾ സുന്ദരനായിത്തീരുന്നു. അതിന്റെ സ്വാഭാവികമായ പരിണിതി നിങ്ങളുടെ സത്തയിൽ മഹത്തായ ഒരു ശാലീനത ഉയർന്നുവരുന്നു. അത് പ്രസരിക്കുവാൻ തുടങ്ങുന്നു. എല്ലാവർക്കും അത് കാണാൻ കഴിയുന്നു - ഒരുവൻ കാണേണ്ടതില്ല എന്ന് തീരുമാനിക്കുന്നില്ലെങ്കിൽ. അതു കാര്യം വേറെയാണ്. ഒരാൾക്ക് അതു കാണണമെന്നുണ്ടെങ്കിൽ, അതവിടെയുണ്ട്. പക്ഷെ കണ്ണുകളടച്ച് തന്നെയിരിക്കണമെന്ന് നിർബന്ധമുള്ള ആളുകൾക്ക്...., തീർച്ചയായും അവർക്കത് കാണാൻ കഴിയില്ല.

പ്രഭാതമനനം

പ്രകൃതിയെ ആരാധിക്കുക. ഒരു ദേവാലയത്തിലേക്ക് പോവുകയെന്നത് മനുഷ്യനിർമ്മിതമായതിലേക്ക് പോകലാണ്. വനത്തിനുള്ളിലേക്ക് പോവുക, പുഴയിലേക്ക് പോവുക, സമുദ്രത്തിലേക്ക് പോവുക. അപ്പോൾ ദൈവനിർമ്മിതത്തിലേക്കാണ് നിങ്ങൾ പോകുന്നത്. ദൈവത്തിന്റെ സൃഷ്ടിയോടടുത്തിരിക്കുമ്പോൾ നിങ്ങൾ ദൈവത്തോട് കൂടുതൽ അടുത്തുനിൽക്കുന്നു. അവന്റെ സൃഷ്ടിയെ ആരാധിക്കുമ്പോൾ.... അതാണ് അവനെ ആരാധിക്കുവാനുള്ള ഒരേയൊരു മാർഗ്ഗം. അവൻ അദൃശ്യനാണെങ്കിലും അവന്റെ സൃഷ്ടി ദൃശ്യമാണ്. അവന്റെ സൃഷ്ടി ആപാലമായിത്തീരണം.

അവന്റെ സൃഷ്ടിയെ ആരാധിക്കുന്നതിലൂടെ, പതുക്കപ്പതുക്കെ, അവന്റെ അതിഗംഭീരമായ സാന്നിധ്യത്തെക്കുറിച്ച് നിങ്ങൾ ബോധവാനായിത്തീരും. ഒരു വൃക്ഷത്തിനു ചുറ്റും അവൻ സന്നിഹിതനാണ്, ഒരു പാറയ്ക്കു ചുറ്റും, ഒരു പുരുഷനു ചുറ്റും, ഒരു സ്ത്രീയ്ക്കു ചുറ്റും അവൻ സന്നിഹിതനാണ്. എങ്കിലും ആദ്യം ആരാധിക്കുക, കാരണം ആ സാന്നിധ്യം കാണുവാൻ, അദൃശ്യമായ ആ സാന്നിധ്യം കാണുവാൻ ആരാധന നിങ്ങളെ സഹായിക്കും. അപ്പോൾ അത് ഏതാണ്ട് ദൃശ്യമായിത്തീരുന്നു, ഏതാണ്ട് സ്പർശനീയമായിത്തീരുന്നു. നിങ്ങൾക്കത് തൊട്ടു നോക്കുവാൻ കഴിയുന്നു.

അത്രയും ആഴത്തിൽ അതനുഭവിച്ചറിയാൻ സാധിക്കുന്ന നിമിഷത്തിൽ, അത് നിങ്ങളെ പരിവർത്തനപ്പെടുത്തുന്നു. നിങ്ങൾ അതിന്റെ ഭാഗമായിത്തീരുന്നു, നിങ്ങൾ അതിനോടൊപ്പം ഉരുകി ഒന്നായിത്തീരുന്നു.

പ്രദോഷമനനം

പനിനീർപ്പൂക്കൾ മനോഹരമാണ്. താമരപ്പൂക്കളും മനോഹരമാണ്, എന്നാൽ അവ സൗന്ദര്യത്തിന്റെ പൂക്കളല്ല. തീർച്ചയായും സൗന്ദര്യമുള്ള പൂക്കൾ തന്നെ, എന്നാൽ സൗന്ദര്യത്തിന്റെ പൂക്കളല്ല. സൗന്ദര്യത്തിന്റെ പൂക്കൾ നിങ്ങളുടെ ആന്തരികമായ അകക്കാമ്പിലാണ് സംഭവിക്കുന്നത്. അവ ആന്തരിക വളർച്ചയിലൂടെ സംഭവിക്കുന്നതാണ്. നിങ്ങളുടെ സാധ്യതാശേഷിയെ വാസ്തവമാക്കി മാറ്റുമ്പോൾ അവ സംഭവിക്കുന്നു. നിങ്ങൾ യഥാർത്ഥത്തിൽ ഒരു സത്തയായിത്തീരുമ്പോൾ, ജീവിതത്തിലേക്ക് ഇനി വേണ്ടതായി ഒന്നും ഇല്ലാതിരിക്കുമ്പോൾ, നിങ്ങൾ ജീവിതം അതിന്റെ സമ്പൂർണ്ണതയിൽ അനുഭവിച്ചു കഴിയുമ്പോൾ, അപ്പോൾ നിങ്ങളിൽ എന്തോ ചിലത് പുഷ്പീകരിക്കുന്നു. ആ പുഷ്പീകരണം അസ്തിത്വത്തിൽ നിന്ന് ആദ്യമായി നിങ്ങളിലേക്ക് ഒരു പാരിതോഷികം കൊണ്ടുവരുന്നു.

അസ്തിത്വത്തിൽ നിന്ന് പല പാരിതോഷികങ്ങളും നൽകപ്പെടുന്നുണ്ട്- ജനനം ഒരു പാരിതോഷികമാണ്. ജീവിതം ഒരു പാരിതോഷികമാണ്, പ്രണയം ഒരു പാരിതോഷികമാണ്. എന്നാൽ ആത്യന്തികമായ പാരിതോഷികം നിങ്ങളുടെ അവബോധം ഒരു താമരയായിത്തീരുമ്പോഴാണ് സംഭവിക്കുന്നത്.. നിങ്ങളിൽ ഒരു സൗന്ദര്യപുഷ്പം വിടരുമ്പോൾ. ജപ്പാനിൽ അവരതിനെ സതോരി എന്ന് വിളിക്കുന്നു. ഇന്ത്യയിൽ നാമതിനെ സമാധി എന്നു വിളിക്കുന്നു. അതിനെ പരമമായ ആനന്ദനിർവൃതി എന്ന് പരിഭാഷപ്പെടുത്താം.

26

പ്രഭാതമനനം

അസ്തിത്വം എല്ലാവരെയും കാത്തുരക്ഷിക്കുന്നു. അസ്തിത്വം നമ്മളെ സ്നേഹിക്കുന്നില്ലെങ്കിൽ ഒരു നിമിഷനേരത്തേക്കുപോലും നമുക്ക് നിലനിൽക്കാനാവില്ല. അത് നമ്മളിലേക്ക് ജീവൻ പകർന്നുകൊണ്ടേയിരിക്കുന്നു. നമ്മൾ അസ്തിത്വത്താൽ അങ്ങേയറ്റം മഹനീയമാക്കപ്പെട്ടിരിക്കുന്നു- നമ്മളതിനെ അപ്രധാനമായാണ് കരുതി വരുന്നതെങ്കിലും. അവിടെയാണ് നമ്മുടെ മണ്ടത്തരം കുടികൊള്ളുന്നത്. നമ്മളതിനെ അതിസാധാരണമായി തള്ളുകയാണെങ്കിൽ അവിടെ കൃതജ്ഞതയില്ല.

മതാത്മകനായ മനുഷ്യന് കൃതജ്ഞത ഉണ്ടാകുന്നു, അത്യധികം കൃതജ്ഞതയുണ്ടാകുന്നു. കേവലം വെറും നിലനിൽപ്പിന് വേണ്ടി അവൻ കൃതജ്ഞതയുള്ളവനാണ്. ഒരിക്കൽ നിങ്ങൾക്ക് കൃതജ്ഞത തോന്നിത്തുടങ്ങിയാൽ പിന്നീട് കൃതജ്ഞത തോന്നുവാൻ ഒരു നൂറായിരം കാര്യങ്ങളുണ്ട്. അങ്ങനെ നിങ്ങൾക്ക് എത്രകണ്ട് കൃതജ്ഞത തോന്നുന്നുവോ, അത്രകണ്ട് പാരിതോഷികങ്ങൾ വന്നെത്തിക്കൊണ്ടിരിക്കുകയും ചെയ്യുന്നു.

പ്രദോഷമനനം

താമര അവബോധത്തിന്റെ അന്തിമമായ പ്രഫുല്ല നത്തിന്റെ പ്രതീകമാകുന്നു. ഇപ്പോൾ നിങ്ങളൊരു മുകുളം പോലെയാണ്, അടഞ്ഞത്. അതിനാൽ നിങ്ങളുടെ പരിമളം പുറത്തേയ്ക്ക് പ്രസരിക്കുന്നില്ല. ആ താമരയുടെ ഇതളുകളെ വിടർത്തുന്ന പ്രക്രിയയാണ് സന്ന്യാസം. സന്ന്യാസം സൂര്യോദയം പോലെയാണ്. ഗുരുവിനോടൊപ്പം വർത്തിക്കൽ എന്നുവെച്ചാൽ സൂര്യപ്രകാശമുള്ള ഒരു ലോകത്തിലേക്ക് പ്രവേശിക്കലാണ്. സൂര്യനുദിച്ചുയരുന്നതോടെ താമര ദളങ്ങൾ സ്വാഭാവികമായി വിടരാൻ തുടങ്ങുന്നു- അതിന് ബലം പ്രയോഗിക്കേണ്ടതില്ല- അപ്പോൾ മഹത്തായ പരിമളം പ്രസരിക്കുന്നു. ആ പരിമളമാണ് പരമാനന്ദം, ശാന്തി, ആഘോഷം. ഒരുവൻ സഫലീകരണത്തിലേക്കെത്തിച്ചേരുന്നു. അയാൾ അങ്ങേയറ്റം സംതൃപ്തനായിക്കഴിഞ്ഞു. കാരണം അയാൾ തന്റെ നിയോഗം എന്തായിരുന്നുവോ, അതിലേക്കെത്തിച്ചേർന്നിരിക്കുന്നു, അത് അസ്തിത്വത്തിലേക്ക് പകരുകയും ചെയ്തിരിക്കുന്നു. ഒരുവൻ എന്തു സംഭാവന ചെയ്യുവാനാണോ, എന്തു സൃഷ്ടിക്കുവാനാണോ പ്രാപ്തനായിരുന്നത്, അത് അവൻ ചെയ്തിരിക്കുന്നു. അത് സൃഷ്ടിപരതയുടെ അന്തിമമായ പ്രവർത്തനമാകുന്നു, ആ അന്തിമമായ കർമ്മത്തിനുശേഷം സ്വാഭാവികമായും ഒരുവൻ അങ്ങേയറ്റം സംതൃപ്തനായി, സഫലീകൃതനായി സ്വയം അനുഭവിക്കുന്നു.

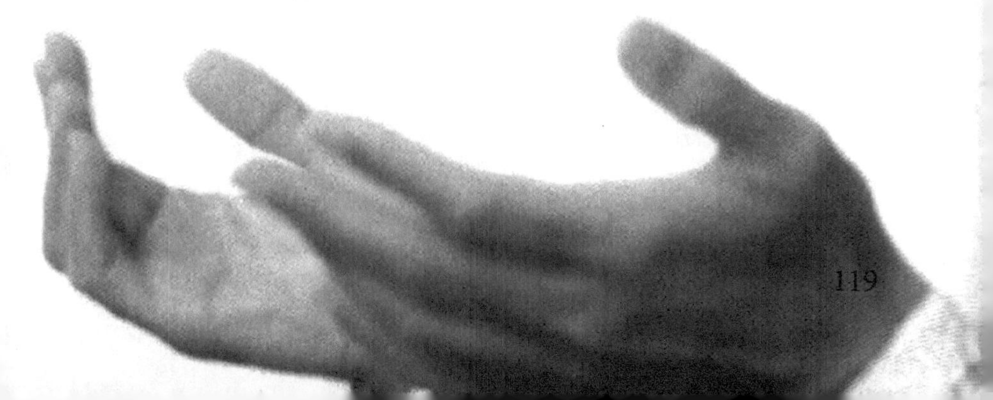

പ്രഭാതമനനം

പ്രപഞ്ചം അതിമഹത്തായ ഒരു സ്വരൈക്യമാകുന്നു- ഓരോ കാര്യവും മറ്റുള്ള കാര്യങ്ങളോട് അനുയോജ്യമായി പൊരുത്തപ്പെടുന്നു. അസ്തിത്വം അതിഗംഭീരമായൊരു ദിവ്യാത്ഭുതം തന്നെയാണ്, അത്രയും ബൃഹത്തായത്. പരിമാണവിധേയമല്ലാത്തത്, അനന്തം; എന്നിട്ടും ഓരോ കാര്യവും മനുഷ്യനൊഴികെ മറ്റുള്ള ഓരോ കാര്യത്തിനോടും ഒത്തിണങ്ങിപ്പൊരുത്തപ്പെടുന്നു- പരിപൂർണമായി. മനുഷ്യൻ മാത്രമാണ് അസ്തിത്വത്തിലെ കറുത്ത ആട്ടിൻപറ്റം. മനുഷ്യൻ പൊരുത്തപ്പെടാതിരിക്കുന്നതിനുള്ള കാരണം, മനുഷ്യന് മഹത്തായ ഒരു വരദാനം ലഭിച്ചിരിക്കുന്നു എന്നതാണ്: അവബോധമെന്ന വരദാനം.

മറ്റെല്ലാറ്റിനും ഒത്തിണങ്ങേണ്ടതുണ്ട്. പ്രപഞ്ചവുമായി ഒത്തിണങ്ങുക എന്നത് കേവലം പ്രകൃതിസഹജമാണ്. സ്വരച്ചേർച്ചയിൽ വർത്തിക്കണമോ വേണ്ടയോ എന്നതിൽ മനുഷ്യന് തീരുമാനമെടുക്കേണ്ടതുണ്ട്. മനുഷ്യന് ആ തെരഞ്ഞെടുപ്പിനുള്ള സ്വാതന്ത്ര്യമുണ്ട്. അത് മഹത്തായ ഒരു വരദാനമാണ്, എന്നാലത് ദുരുപയോഗപ്പെടുത്തുവാൻ കഴിയും. ലക്ഷക്കണക്കിനാളുകൾ അത് ദുരുപയോഗം ചെയ്യുന്നുമുണ്ട്. അസ്തിത്വത്തോട് സ്വരച്ചേർച്ചയിലല്ലാതിരിക്കുവാനാണ് അവരുടെ തെരഞ്ഞെടുപ്പ്. അസ്തിത്വവുമായുള്ള സംഘട്ടനം, അസ്തിത്വത്തോടുള്ള പോരാട്ടം അവർ തെരഞ്ഞെടുക്കുന്നു. തത്ഫലമായി അവർ പീഡനം അനുഭവിക്കുന്നു.

നിങ്ങൾക്ക് സമ്പൂർണ്ണതയോട് സമരം ചെയ്യാനാവില്ല. സമ്പൂർണ്ണത അത്രമേൽ ബൃഹത്താണ്, അതിഭീമമാണ്. ഒരു മഞ്ഞുതുള്ളി മഹാസമുദ്രത്തോട്

പോരടിക്കുമ്പോലെയാണത്. അത് വെറും മണ്ടത്ത രമാണ്. അങ്ങേയറ്റത്തെ വങ്കത്തം. എന്നാൽ പലരും ചെയ്യുവാൻ തീരുമാനിച്ചിരിക്കുന്നതതാണ്. ദൈവ ത്തോട് മല്ലടിക്കുന്ന, പ്രപഞ്ചത്തെ കീഴടക്കുവാൻ ശ്രമിക്കുന്ന വെറുമൊരു മഞ്ഞുതുള്ളിയാണ് അഹം ബോധം.

പ്രദോഷമനനം

സ്വയം സ്നേഹിക്കുക. എന്തുകൊണ്ടെന്നാൽ സ്നേഹത്തിലൂടെ മാത്രമാണ് നിങ്ങൾ സ്വരൈക്യത്തിലെത്തിച്ചേരുന്നത്, നിങ്ങൾ ഏകനായിത്തീരുന്നത്. സ്വയം നിന്ദിക്കാതിരിക്കുക. നിങ്ങൾക്ക് മനോഹരമായൊരു ശരീരം നൽകപ്പെട്ടിരിക്കുന്നു. നിങ്ങൾക്ക് മനസ്സെന്നു പറയുന്ന മനോഹരമായൊരു യന്ത്രസാമഗ്രിയും നൽകപ്പെട്ടിരിക്കുന്നു. നിങ്ങളത് ശരിയാം വണ്ണം ഉപയോഗിക്കുകയാണെങ്കിൽ അതിന് അതിവിപുലമായ പ്രാധാന്യമുണ്ട്; അത് യജമാനനായിത്തീരുകയാണെങ്കിൽ, അപ്പോഴത് അപകടകരമാണ്, നിങ്ങൾ യജമാനനായിരിക്കുന്നുവെങ്കിൽ, അപ്പോൾ പ്രശ്നമൊന്നുമില്ല. അത് മനോഹരനായ ഒരു ഭൃത്യനായിരിക്കും. നിങ്ങൾക്കൊരു ആത്മാവും നൽകപ്പെട്ടിരിക്കുന്നു- അസ്തിത്വത്തിന്റെ ഒരു ഖണ്ഡം. ഒരുവന് ഇതിൽ കവിഞ്ഞ് ഒന്നും ആവശ്യപ്പെടാനാവില്ല.

പ്രഭാതമനനം

ഒരുവൻ ഈ ഭൂമിയിൽ ഒരു പറുദീസയിലെന്ന പോലെ ജീവിക്കേണ്ടതുണ്ട്; അപ്പോൾ അയാൾ പറുദീസയിലേക്ക് പ്രവേശിക്കുവാൻ പ്രാപ്തനാകുന്നു. ഇപ്പോൾതന്നെ പറുദീസയിലായിരിക്കുന്നവർക്ക് പറുദീസയിലേക്ക് പ്രവേശിക്കുവാൻ പ്രാപ്തിയുണ്ടാകും, മറ്റാർക്കും അതുണ്ടാവില്ല. ഇപ്പോൾതന്നെ ആഹ്ലാദത്തെ രുചിച്ചറിഞ്ഞവർ, അവർ അർഹരായിത്തീരുന്നു.

ഈ ഭൂമി, ഈ ജീവിതം തികച്ചും ജാഗരൂകനായിത്തീരുവാനുള്ള, അതീവ സംവേദിയായിത്തീരുവാനുള്ള, അത്യധികം സ്വരച്ചേർച്ചയിൽ വർത്തിക്കുവാനുള്ള ഒരവസരമാണ് - എല്ലായിടത്തും ആഹ്ലാദം അനുഭവിക്കാൻ കഴിയുമാറ്, എല്ലായിടത്തും അസ്തിത്വത്തിന്റെ നർത്തനം അനുഭവിച്ചറിയാൻ കഴിയുമാറ്. അനുഭവിക്കുക മാത്രമല്ല, ആ നൃത്തത്തിൽ പങ്കാളിയായിത്തീരുക, നിങ്ങൾ സ്വയം അതിൽ അലിഞ്ഞില്ലാതാകുക - സ്വരച്ചേർച്ചയിൽ വർത്തിക്കുവാനുള്ള അവസരം.

പ്രദോഷമനനം

പ്രകാശം സാധ്യമാണ്, എന്നാൽ പ്രേമത്തിലൂടെ മാത്രം. പ്രേമത്തെക്കൂടാതെ അന്ധകാരം മാത്രമേ സാധ്യമാവുകയുള്ളു. ആന്തരിക ലോകത്തിൽ പ്രേമവും പ്രകാശവും പര്യായപദങ്ങളാണ്; അവ വിഭിന്നങ്ങളായ കാര്യങ്ങളെയല്ല അർത്ഥമാക്കുന്നത്. അതിനാൽ സ്വയം പ്രകാശംകൊണ്ട് നിറയുവാൻ ഇച്ഛിക്കുന്നവൻ, ബോധപ്രാപ്തനാകുവാൻ ആഗ്ര ഹിക്കുന്നവൻ നിരുപാധികം പ്രേമപൂർണ്ണനായി രിക്കേണ്ടതുണ്ട്.

യാതൊന്നും ആവശ്യപ്പെടാതെ തന്നെ പ്രണയി ക്കുക. ആവശ്യങ്ങൾ അതിനെ വിരൂപമാക്കുന്നു, ആവശ്യങ്ങൾ അതിനെ നശിപ്പിക്കുന്നു. ചോദനകൾ അതിനെ വിരൂപമാക്കുന്നു, ചോദനങ്ങൾ അതിനെ നശിപ്പിക്കുന്നു. പ്രണയത്തോടനുബന്ധിച്ചുകൊണ്ട് എന്തെങ്കിലും നിബന്ധനകളുണ്ടെങ്കിൽ, അത് പിന്നെ പ്രണയമായി നിലനിൽക്കുകയില്ല, അത് കാമമായി ത്തീരും. അത് ഒരു രാഷ്ട്രീയം കളിക്കലായിത്തീരും, ഒരു അധികാരവടംവലി. നിങ്ങളുടെ പ്രണയം പരി ശുദ്ധമായി നിലനിൽക്കട്ടെ, നിങ്ങളുടെ പ്രണയം ബന്ധനത്തിലകപ്പെടാതെയും നിലനിൽക്കട്ടെ; അതി ന് അതിർവരമ്പുകൾ ഒന്നും നിർമ്മിക്കാതിരിക്കുക. അത് ആരെയും അഭിസംബോധന ചെയ്യാതിരിക്കട്ടെ. അങ്ങനെ, പതുക്കപ്പതുക്കെ ആരെ പ്രേമിക്കണം, എന്തിനെ പ്രേമിക്കണം എന്ന ചോദ്യമില്ലാതായിത്തീ രും. ഒരേയൊരു ചോദ്യം എങ്ങനെ പ്രേമപൂർണ്ണനാ യിരിക്കാം എന്നു മാത്രമായിരിക്കും. പ്രേമത്തിന്റെ വിഷയം പ്രസക്തമല്ലാതാകുന്നു. കേവലം ശരീര ത്തിന് ശ്വാസോച്ഛ്വാസം ആവശ്യമായിരിക്കുന്നതു

പോലെ - അത് അതിന്റെ ജീവനാണ്- ആത്മാവിന് പ്രേമം ആവശ്യമാണ്. പ്രേമം നിങ്ങളുടെ ആത്മാവിന്റെ പോഷണമാകുന്നു. നിങ്ങൾ എത്രകണ്ട് പ്രേമിക്കുന്നുവോ അത്രകണ്ട് ആത്മാവ് നിങ്ങൾക്കുണ്ടാകുന്നു. നിങ്ങളുടെ പ്രണയം അനന്തമാകുമ്പോൾ നിങ്ങളുടെ ആത്മാവിനും അനന്തതയുണ്ടാകുന്നു. നിങ്ങളുടെ പ്രണയത്തിന് അതിരുകളില്ലാതാകുമ്പോൾ നിങ്ങളുടെ സത്തയും അതിരുകളറിയുന്നില്ല. ദൈവസാക്ഷാത്ക്കാരം എന്നതുകൊണ്ട് യഥാർത്ഥത്തിൽ അർത്ഥമാക്കപ്പെടുന്നത് അതാണ്. ദൈവസാക്ഷാത്ക്കാരമെന്നാൽ പ്രേമസാക്ഷാത്ക്കാരമാകുന്നു, അതല്ലാതെ മറ്റൊന്നുമല്ല.

പ്രഭാതമനനം

സൗന്ദര്യം സ്വാഭാവികമാകുന്നു, വൈരൂപ്യം അസ്വാഭാവികവും. സൗന്ദര്യമാണ് നിങ്ങളുടെ സത്ത. പ്രകൃതിയും വൈരൂപ്യവും അന്യോന്യം വിദേശീയ മാണ്. അതുകൊണ്ടാണ് ആരും വിരൂപനാകാൻ ഇഷ്ടപ്പെടാത്തത്. എന്നാൽ അബോധംമൂലം എല്ലാ വരും വിരൂപരായിരിക്കേണ്ടി വരുന്നു. എല്ലാവർക്കും സൗന്ദര്യമുള്ളവരായിരിക്കണമെന്നുണ്ട്. എന്നാൽ സൗന്ദര്യമുള്ളവരായിരിക്കുന്നതെങ്ങനെ എന്നറിയാ ത്തതിനാൽ ആളുകൾ അവരുടെ മുഖങ്ങളിൽ ചായം തേച്ച് കൊണ്ടേയിരിക്കുന്നു, തലമുടി കോതിമിനുക്കി ക്കൊണ്ടേയിരിക്കുന്നു, പലതരം വസ്ത്രങ്ങൾ പരീ ക്ഷിച്ച് കൊണ്ടേയിരിക്കുന്നു. ആഹാരനിയന്ത്രണവും അതുപോലുള്ള മറ്റു കാര്യങ്ങളും ശീലിച്ചുകൊണ്ടി രിക്കുന്നു, കേവലം സുന്ദരന്മാരും സുന്ദരികളും ആകു വാൻ വേണ്ടി. എന്നാൽ അവർക്കറിയില്ല, ഇതൊന്നും ഏറെ സഹായം ചെയ്യാൻ പോകുന്നില്ല എന്ന്.

സൗന്ദര്യം ആന്തരികമായ ഒന്നാണ്. ഒരിക്കൽ അതവിടെ ഉണ്ടായിക്കഴിഞ്ഞാൽ, അത് കണ്ടെത്ത പ്പെട്ടുകഴിഞ്ഞാൽ, അത് നിങ്ങളുടെ ശരീരത്തിൽ നിന്ന് പുറത്തേക്ക് പ്രസരിക്കാൻ തുടങ്ങുന്നു. മന സ്സിൽ നിന്നും, നിങ്ങളെ ഉൾക്കൊള്ളുന്ന എല്ലാറ്റിൽ നിന്നും അത് പ്രസരിക്കാൻ തുടങ്ങുന്നു. നിങ്ങളുടെ ആന്തരികസൗന്ദര്യം അവിടെ ഉണ്ടായിക്കഴിഞ്ഞാൽ മറ്റെല്ലാം സുന്ദരമാക്കപ്പെടുന്നു.

പ്രദോഷമനനം

യഥാർത്ഥമായ വിജയത്തിലേക്കുള്ള ഉറപ്പായ മാർഗ്ഗം പ്രേമമാകുന്നു. എന്നാൽ അത് അതിവിചിത്രമായ ഒരു മാർഗ്ഗമാണ്, വളരെ വിരോധാഭാസപരം. കാരണം പ്രേമം ആരംഭിക്കുന്നത് സമർപ്പണത്തിലും അവസാനിക്കുന്നത് വിജയത്തിലുമാണ്. അതാണ് അതിന്റെ വിരോധാഭാസം. പ്രേമത്തിന് വിജയിയാകണമെന്ന് ആഗ്രഹമില്ല. എന്നാൽ അത് വിജയിയായിത്തീരുന്നു. പ്രേമത്തിന് സമർപ്പണം ചെയ്യുവാനാണ് ഇഷ്ടം, എന്നാൽ സമർപ്പണം വിജയം കൊണ്ടുവരുന്നു.

വിജയിയാകുവാൻ ശ്രമിക്കുന്നവർ പരാജയങ്ങളായിത്തന്നെ നിലകൊള്ളുകയും ചെയ്യുന്നു. ലോകത്തിന്റെ കണ്ണുകളിൽ അവർ വിജയികളായിത്തീരുന്നുണ്ടാകാം, പക്ഷെ അത് യഥാർത്ഥവിജയമല്ല. കാരണം മരണം അതെല്ലാം എടുത്തുമാറ്റും. യഥാർത്ഥവിജയം മരണത്തിനുപോലും നശിപ്പിക്കാനാവാത്തതാണ്. നിങ്ങൾ അമർത്യതയുടേതായ എന്തെങ്കിലും നേടിക്കഴിയുമ്പോൾ മാത്രം സ്വയം വിജയിയായതായി കരുതുക. പ്രേമം നിങ്ങൾക്ക് അമർത്യതയുടെ ആദ്യദർശനം നൽകുന്നു, പ്രേമം മരണത്തിനപ്പുറത്തെ ആദ്യജാലകം തുറക്കുന്നു. പ്രേമത്തെ അറിയുന്നവൻ അധികം താമസിയാതെ അസ്തിത്വത്തെ അറിയാനിടവരും, അവൻ കേവലം തന്റെ പ്രേമത്തെ കൂടുതൽക്കൂടുതൽ ആഴമുള്ളതാക്കിക്കൊണ്ടിരിക്കുകയേ വേണ്ടൂ. പ്രേമത്തോടുതന്നെ പ്രണയത്തിലാവുക, അപ്പോൾ വിജയം നിങ്ങളുടേതായിരിക്കും.

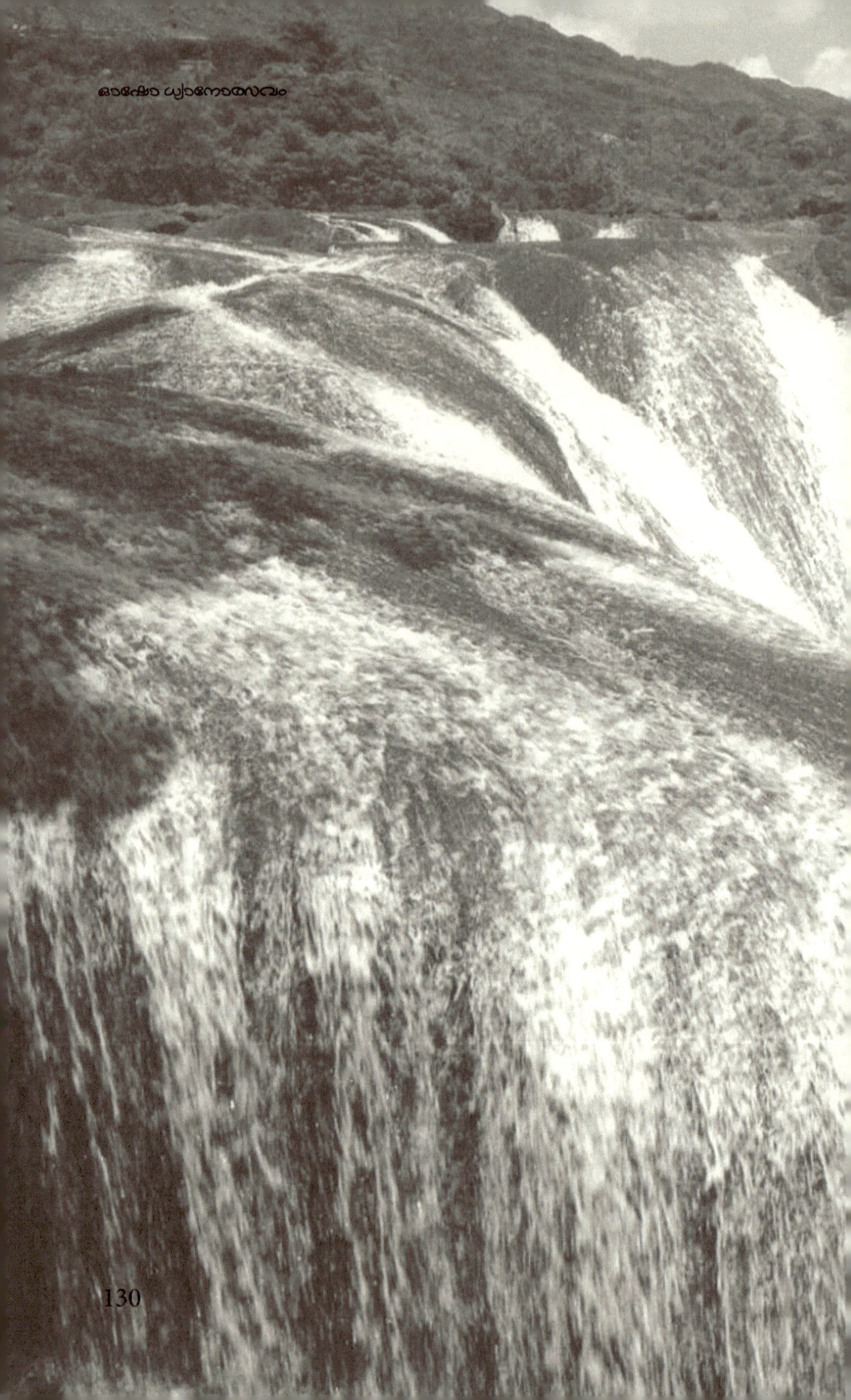

പ്രഭാതമനനം

ഒരുവന് അല്പ്പസ്വല്പ്പം പാടുവാൻ കഴിയുമെങ്കിൽ, തന്റെ ആഹ്ലാദം ഒരല്പം പങ്കുവെയ്ക്കുവാൻ കഴിയുമെങ്കിൽ, തന്റെ സത്തയെ ഒരല്പ്പം ആവിഷ്കരിക്കുവാൻ കഴിയുമെങ്കിൽ, അതു തന്നെ വേണ്ടത്രയാകും, വാസ്തവത്തിൽ വേണ്ടതിലും ഏറെയാകും.

നമുക്ക് വലിയ പിശുക്കാണ്. നമ്മൾ പങ്കുവെയ്ക്കുന്നില്ല. ഏതൊരു മനുഷ്യനും സംഭവിക്കാവുന്നതിൽ വെച്ച് ഏറ്റവും വലിയ ദുരന്തമാണിത്. എന്നാൽ മനുഷ്യരാശിക്കാകമാനം ഇതാണ് സംഭവിച്ചിരിക്കുന്നത്: നമ്മളെല്ലാം വളർത്തപ്പെട്ടിരിക്കുന്നത് ആ രീതിയിലാണ്, നമ്മൾ പിശുക്കന്മാരായിത്തീരുന്നു. നമ്മൾ എന്തെങ്കിലും കൊടുക്കുകയാണെങ്കിൽത്തന്നെയും കച്ചവടക്കണ്ണോടു കൂടി മാത്രമേ നാം കൊടുക്കുന്നുള്ളു; അത് പങ്കുവെയ്ക്കലല്ല. നമ്മൾ കൊടുക്കുന്നത് കൂടുതൽക്കൂടുതൽ കിട്ടുവാൻ വേണ്ടിയാണ്. അത് എപ്പോഴും ഒരു വിലപേശലാണ്. അത് സത്യമായ ദാനം ചെയ്യലല്ല.

നിങ്ങൾക്ക് കഴിയാവുന്നത്രയും ഹൃദയപൂർവ്വം ദാനം ചെയ്യുക. അല്പ്പസ്വല്പ്പം ഗാനമാലപിക്കുക എന്നതുകൊണ്ട് ഞാനുദ്ദേശിക്കുന്നത് അതാണ്. അത് ഉള്ളിലേക്ക് ഒതുക്കി നിർത്താതിരിക്കുക, ആവിഷ്കരിക്കുക- പ്രഭാതത്തിലെ പക്ഷികളെപ്പോലെ. പക്ഷികൾ പാടുമ്പോൾ ആരെങ്കിലും ശ്രദ്ധിക്കുന്നുണ്ടോ ഇല്ലയോ എന്നത് അവ ഗൗനിക്കുന്നേയില്ല; ശ്രോതാക്കളെക്കുറിച്ച് അവ ഗൗനിക്കുന്നേയില്ല; പകരമായി തിരിച്ചെന്തെങ്കിലും കിട്ടുവാൻ വേണ്ടിയല്ല അവ പാടുന്നത്. അവ കേവലം സ്വന്തം ആഹ്ലാദംമൂലം പാടുകയാണ്. സൂര്യനുദിച്ചു കഴിഞ്ഞു, പ്രഭാതം

വീണ്ടും വന്നു കഴിഞ്ഞു, രാവ് ഒടുങ്ങിക്കഴിഞ്ഞു.... ആ പക്ഷികളെല്ലാം ഗാനമായി മാറിയിരിക്കുന്നു, അവയെല്ലാം നർത്തനമായിത്തീർന്നിരിക്കുന്നു.

ഇതാണ് ജീവിക്കേണ്ട യഥാർത്ഥരീതി- ഓരോ നിമിഷവും ഒരു ആഹ്ലാദംകൊള്ളൽ, ജീവിതത്തിലാഹ്ലാദിക്കൽ, ആരുടെ കൂടെയാണോ വർത്തിക്കാൻ ഇടയാകുന്നത് അവരുമായെല്ലാം അത് പങ്കിടലും- ഒരു വൃക്ഷവുമായി, ഒരു മൃഗവുമായി, ഒരു പാറയുമായി. ആരുമായിക്കൊള്ളട്ടെ, എന്നാലും പങ്കുവെയ്ക്കുക.

പങ്കുവെയ്ക്കൽ നിങ്ങളുടെ ജീവിതമായിത്തീരുന്നുണ്ടെങ്കിൽ, നിങ്ങൾ ഒരു സന്ന്യാസിയായിക്കഴിഞ്ഞിരിക്കുന്നു. ഗാനാലാപനം നിങ്ങളുടെ ജീവിതമായിത്തീരുന്നുണ്ടെങ്കിൽ നിങ്ങളൊരു സന്ന്യാസിയായി കഴിഞ്ഞിരിക്കുന്നു. എന്റെ സന്ന്യാസം പരിത്യാഗമല്ല, അത് ആഹ്ലാദം കൊള്ളലാകുന്നു.

പ്രദോഷമനനം

അകമേ ആനന്ദപൂർണ്ണനും പുറമേ പ്രേമപൂർണ്ണനുമായി വർത്തിക്കുക. ഒരുവന് ആനന്ദപൂർണ്ണനും എന്നാൽ ലുബ്ധനുമായി വർത്തിക്കുവാനാകും. അപ്പോൾ ആനന്ദം ചത്തുതുടങ്ങുന്നു. അതിനെ സജീവമായും ഒഴുകിക്കൊണ്ടും സൂക്ഷിക്കുന്നതിന്, അതിനെ നവമായും യുവമായും സൂക്ഷിക്കുന്നതിന് അത് പങ്കുവെയ്ക്കേണ്ടതുണ്ട്. മതാത്മകരെന്ന് വിളിക്കപ്പെടുന്ന ആളുകളുടെ പഴയ പാരമ്പര്യം വളരെ ലുബ്ധോടുകൂടിയതായിരുന്നു; അതിനകത്ത് പ്രേമത്തിന് യാതൊരു സാധ്യതയുമില്ലായിരുന്നു. നിശ്ചയമായും അവരെല്ലാം പരമാനന്ദത്തിനുവേണ്ടിയായിരുന്നു അന്വേഷണം നടത്തിയത്; അവർക്ക് അവിടെയിവിടെ അല്പ്പസ്വല്പ്പം അത് കണ്ടെത്താൻ കഴിയുകയും ചെയ്തിരുന്നു, എങ്കിലും അവർ വളരെയധികം അത്യാഗ്രഹികളും ലുബ്ധരുമായിരുന്നു. അങ്ങനെ അവരുടെ അത്യാർത്തിയിലും പിശുക്കിലും പെട്ട് അവർ കണ്ടെത്തിയതെല്ലാം തന്നെ നശിപ്പിക്കപ്പെട്ടു, കൊല്ലപ്പെട്ടു, വിഷലിപ്തമാക്കപ്പെട്ടു. അതിനാൽ അവർ സന്താപവാന്മാരായി നിലകൊണ്ടു.

എല്ലാ പുണ്യവാളന്മാരും വിഷാദമൂകരായി കാണപ്പെടുന്നു. അവർക്ക് നീണ്ട് കൂർത്ത മുഖമാണുള്ളത്- ചിരിയൊന്നുമില്ല. യാതൊരു പ്രേമവുമില്ല, യാതൊരു പങ്കുവെയ്ക്കലുമില്ല. ഇതു വളരെ പ്രാഥമികമാണ്, അതായത് ആനന്ദം വളരുന്നത് പങ്കുവെയ്ക്കവേയാണ്, അല്ലാത്തപക്ഷം അത് മരിച്ചുപോകുന്നു. വല്ല വിധേനയും നിങ്ങളതിന്റെ ഉറവിടം കണ്ടെത്തിയാൽ തന്നെയും, അധികം വൈകാതെ, അത് വറ്റിവരണ്ടുപോകും. അത് ഒരിക്കലും വറ്റാത്തതാകണമെന്ന് നിങ്ങളാഗ്രഹിക്കുന്നുണ്ടെങ്കിൽ, അപ്പോൾ അത് പങ്കുവെയ്ക്കുക, കഴിയുന്നത്രയും പങ്കുവെയ്ക്കുക. അപരനായ വ്യക്തി അതിന് അർഹതപ്പെടുന്നുണ്ടോ

ഇല്ലയോ എന്നൊന്നും ഒരിക്കലും ചിന്തിക്കാതിരിക്കുക. അതെല്ലാം ഒരു പിശുക്കനായ വ്യക്തിയുടെ, ലുബ്ധന്റെ പരിഗണനകളാണ്.

പങ്കുവെയ്ക്കാൻ ആഗ്രഹിക്കുന്ന ഒരു വ്യക്തി അപരൻ അർഹിക്കുന്നവനോ അല്ലാത്തവനോ എന്ന് ഒരിക്കലും ചിന്തിക്കുന്നില്ല. അതൊക്കെ ആര് ശ്രദ്ധിക്കുന്നു? കാര്യം മുഴുവനും പങ്കുവെയ്ക്കുക എന്നതാണ്. പങ്കുവെയ്ക്കുവാൻ തയ്യാറാണെങ്കിൽ അതുമാത്രം മതി. നിങ്ങളുടെ ആഹ്ലാദം പങ്കുവെയ്ക്കുവാൻ അപരൻ നിങ്ങളെ അനുവദിച്ചതിന് അയാളോട് നന്ദിയുള്ളവനായിരിക്കുക. പരമാനന്ദം പങ്കുവെയ്ക്കലാണ് പ്രേമം. പ്രേമത്തിലൂടെയാണ് പരമാനന്ദം വളരുന്നതും. നിങ്ങൾ സ്നേഹിക്കുന്തോറും അത്രമേൽ ആനന്ദപൂർണ്ണനായിത്തീരുന്നു; ആനന്ദപൂർണ്ണനായിത്തീരുന്തോറും നിങ്ങൾ അത്രകണ്ട് പ്രേമിക്കുകയും ചെയ്യുന്നു. അവ അന്യോന്യം പോഷിപ്പിക്കുന്നു. അവ രണ്ടിനുമിടയിൽ നിങ്ങൾ ഒരു ഉദ്ഗ്രഥിത സത്തയായിത്തീരുകയും ചെയ്യുന്നു.

പ്രഭാതമനനം

അസ്തിത്വം ഒരു സമുദ്രം പോലെയാണ്. നമ്മൾ ഇളംവെയിലിൽ നൃത്തം ചെയ്യുന്ന തിരമാലകളും. സൂര്യപ്രകാശത്തിൽ സംഗീതമാലപിച്ചുകൊണ്ട് വീണ്ടുംവീണ്ടും അപ്രത്യക്ഷമാവുകയും വീണ്ടും വീണ്ടും പ്രത്യക്ഷമാവുകയും ചെയ്യുന്ന തിരമാലകൾ. ജനനം ഇല്ല. മരണം ഇല്ല. നമ്മൾ അനന്തകാലിക രാകുന്നു.

ഉപരിതലത്തിൽ മാത്രമാണ് ഒരു തിര ജനിക്കുകയും പിന്നെ മരിക്കുകയും ചെയ്യുന്നതായി കാണപ്പെടുന്നത്; അത് ഉപരിപ്ലവം മാത്രമാണ്. കാരണം അത് എപ്പോഴും തത്തുല്യമായി നിലനിൽക്കുന്നു. ചിലപ്പോൾ അത് അഭിവ്യജ്ഞിതമായിരിക്കുന്നു, ആകാശത്തെ സ്പർശിക്കുവാനുള്ള അഗാധമായൊരു അഭിവാഞ്ഛയോടെ അത് സൂര്യനുനേരെ ഉയർന്നുവരുന്നു. നക്ഷത്രങ്ങൾക്ക് നേരെ ഉയർന്നുവരുന്നു; തൊട്ടടുത്ത നിമിഷത്തിൽ സമുദ്രത്തിന്റെ അഗാധതയിലേക്ക് അത് വിശ്രാന്തിയടയുകയും ചെയ്യുന്നു, അത് വിശ്രമിക്കുന്നു. മരണം വിശ്രമമാകുന്നു. വിശ്രമം കഴിഞ്ഞ് ആ തിര വീണ്ടും ഉയർന്നുവരികയും ചെയ്യുന്നു. അത് നിത്യമായ ആവർത്തനമാണ്, നമ്മൾ വീണ്ടും വീണ്ടും വീണ്ടും വന്നുകൊണ്ടേയിരിക്കുന്നു. മരണത്തെ ഭയപ്പെടേണ്ട യാതൊരു ആവശ്യവുമില്ല, കാരണം മരണം മിഥ്യയാണ്, സ്വാഭാവികമായും ജനനവും മിഥ്യയാണ്. ജനനത്തിന് മുമ്പ് നമ്മളുണ്ടായിരുന്നു, മരണത്തിനുശേഷം പിന്നെയും നാം നിലനിൽക്കുകയും ചെയ്യും.

ഒരിക്കൽ നിങ്ങളിത് അനുഭവിച്ചറിയാൻ തുടങ്ങുമ്പോൾ, വെറും വിശ്വസിക്കലല്ല, അനുഭവിച്ചറി

യുമ്പോൾ, എല്ലാ ഭയവും അപ്രത്യക്ഷമാകുന്നു. ഭയത്തിനായി ഉപയോഗിക്കപ്പെട്ട ഊർജ്ജം പുറത്തു വരികയും അത് പ്രേമമായിത്തീരുകയും ചെയ്യുന്നു. അതേ ഊർജ്ജം തന്നെയാണ് ഭയമായിത്തീരുന്നത്. ഭയം തീരെ ഇല്ലാതായിക്കഴിഞ്ഞാൽ വളരെയധികം ഊർജ്ജം വമിക്കപ്പെടുന്നു, ആ ഊർജ്ജമാകെ പ്രേമമായിത്തീരുകയും ചെയ്യുന്നു. അത് നിങ്ങളിലൂടെ പ്രസരിക്കാൻ തുടങ്ങുന്നു, മറ്റുള്ളവരിലേക്ക് നീങ്ങാൻ തുടങ്ങുന്നു. നിങ്ങൾ പ്രേമത്താൽ നിറഞ്ഞുകവിഞ്ഞ് ഒഴുകുവാൻ തുടങ്ങുന്നു.

പ്രദോഷമനനം

മനസ്സ് ഒരു ഭിത്തിയാണ്, ധ്യാനം ഒരു പാലവും. മനസ്സ് ബന്ധവിച്ഛേദനം നടത്തുന്നു, ധ്യാനം വീണ്ടും കൂട്ടിയിണക്കുന്നു. നിങ്ങൾ ഒരിക്കൽ സമ്പൂർണ്ണതയുമായി ഒന്നായിത്തീർന്നുകഴിഞ്ഞാൽ അതിനർത്ഥം നിങ്ങൾ വൃക്ഷങ്ങളുമായി ഒന്നായിത്തീർന്നിരിക്കുന്നു, പർവ്വതങ്ങളുമായും പുഴകളുമായും നക്ഷത്രങ്ങളുമായും, സൂര്യചന്ദ്രന്മാരുമായും ഒന്നായിത്തീർന്നിരിക്കുന്നു എന്നാണ്. അപ്പോൾ ഈ അനന്തത നിങ്ങളുടേതാണ്. അതിന്റെ ആഹ്ലാദങ്ങളെല്ലാം നിങ്ങളുടേതാണ്. ജീവിതത്തിന് ആദ്യമായി സ്വാതന്ത്ര്യമുണ്ടാകാൻ തുടങ്ങുന്നു, കാരണം എല്ലാ പരിമിതികളും അപ്രത്യക്ഷമാകുന്നു -അതാണ് മനുഷ്യഹൃദയത്തിലെ പരമമായ ആഗ്രഹവും.

നാം ആ ഐക്യത്തിനുവേണ്ടി നിരന്തരം തേടിക്കൊണ്ടിരിക്കുകയാണ്. അറിഞ്ഞോ അറിയാതെയോ നമുക്ക് വേണ്ടത് സമ്പൂർണ്ണതയുമായുള്ള സംലയനമാണ്. കാരണം സമ്പൂർണ്ണതയോടൊപ്പം മാത്രമേ ജീവിതത്തിന് അതിന്റെ പരമമായ കൊടുമുടിയിലെത്താൻ കഴിയുകയുള്ളു, ആനന്ദനിർവൃതി അതിന്റെ എവറസ്റ്റിലെത്തുകയുള്ളു.

Notes

Notes

Notes

www.ingramcontent.com/pod-product-compliance
Lightning Source LLC
LaVergne TN
LVHW040745051026
849519LV00007BA/2452